TALES AND POEMS OF TOMORROW

notionpress.com

INDIA • SINGAPORE • MALAYSIA

Copyright © Notion Press 2022
All Rights Reserved.

ISBN 979-8-88805-349-2

This book has been published with all efforts taken to make the material error-free after the consent of the author. However, the author and the publisher do not assume and hereby disclaim any liability to any party for any loss, damage, or disruption caused by errors or omissions, whether such errors or omissions result from negligence, accident, or any other cause.

While every effort has been made to avoid any mistake or omission, this publication is being sold on the condition and understanding that neither the author nor the publishers or printers would be liable in any manner to any person by reason of any mistake or omission in this publication or for any action taken or omitted to be taken or advice rendered or accepted on the basis of this work. For any defect in printing or binding the publishers will be liable only to replace the defective copy by another copy of this work then available.

பொருளடக்கம் | Contents

கவிதை தலைப்பு:

இயற்கை

பெயர்: இலக்கியா

பள்ளி: SBOA School & Junior College

இயற்கை

வெண்ணிலவின் ஒளி வியக்கத்தக்கது.
மண்ணின் வாசம் மயக்கத்தக்கது.
மேகத்தின் மழைத்துளி வினோதமானது.
பூக்களின் நறுமணம் புதுமையானது.
பறவைகளின் பாட்டு இனிமையானது.
மலையின் மௌனம் அர்த்தமானது.
மரத்தின் தென்றல் மென்மையானது.
ஆழ்க்கடலின் அமைதி அதிசயமானது.
அருவியின் அழகு ஆச்சரியமானது.
இருளின் பயம் விசித்திரமானது.
விண்ணின் தூரம் விசாலமானது.
அன்பின் உறவு அழகானது.
சாரல் மழையில் நனைந்தக் காற்று தென்றலாய்ச்
சில்லிடுகிறது.
மழை நீர் கொட்டும் சத்தம் புதியதொரு
இசையமைக்கிறது.
மலர்களெல்லாம் நீரில் நனைந்து தலையாட்டிப்
புன்னகைக்கிறது.
எல்லோர் மனதும் மழையில் நனையவே மன்றாடிக்
கெஞ்சுகிறது.

கவிதை தலைப்பு:

உண்மையான நட்பு

பெயர்: க.விக்ணேஷ்

பள்ளி: S V M H S S

உண்மையான நட்பு
சிப்பிக்குள் முத்து
பிறக்கிறது
அழிக்க முடியாத
நட்பு
உள்ளத்தில் பிறக்கிறது...

ஆயிரம் விண்மீன்கள்
வானில் இருந்தாலும்
இரவுக்கு அழகு நிலவு
அதேபோல்
வாழ்க்கைக்கு
அழகு
உண்மையான நட்பு

நட்பு ரோஜா
மலர்
அல்ல
இதயத்தில் பூக்கும்
உண்மையான
அன்பு மலர்

கண்ணீர் துளியை
துடைப்பது மட்டும்
நட்பல்ல

கண்ணீர் துளிகள்
வராமல் தடுப்பதே
உண்மையான
நட்பு

தொலைவில் இருந்தாலும்
தொலையாத
நினைவுகள் இருந்தால்
அதுவே
உண்மையான நட்பு

அழுகைக்கும் சிரிப்பிற்கும்
இடையே
பின் இருக்கும் காரணத்தை
கண்டறிவது
உண்மையான நட்பு

துன்பத்தில் பங்கெடுப்பது உயிரையே கொடுக்க
நினைக்கும்
மட்டுமல்ல
உண்மையான நட்பு

இதயம் வலிக்கும் போது
தாங்குவதும்
இதயம் தடுமாறும் போது
தட்டி கொடுப்பதும்
உண்மையான நட்பு

கடந்த காலம் நிகழ்காலம் எதிர்காலம் குறித்து பகிர்வது
உண்மையான நட்பு
மட்டுமே....

உறவுகள் மறந்தாலும்
தேடி வருவது
உண்மையான நட்பு...

கலங்கரை விளக்கமாய்
வழிக்காட்டுவது உண்மையான நட்பு....

கவிதை தலைப்பு:

இயற்கை

பெயர்: R. Nandhini

பள்ளி: RLM

இயற்கை
மனதில் பல துன்பங்கள்
இருந்தாலும் இனிய
சரவோடு மழையில்
நனையும் போது
துன்பங்கள் கட
சந்தோசமாக
மாறி விடுகிறது.

பொழியும் மழைத்
துளிகளுக்கு தெரிவதில்லை
பல உயிர்களின் தாகத்தை
தீர்க்கத் தான் சென்று கொண்டு
இருக்கிறோம் என்று.

தங்கள் வீடுகளை இழந்து அகதிகளாக அலையும்...
பறவைகளுக்கு தான் புரியும் மரங்களின் அருமை.

தினமும் இரவு வந்தால்
கருப்பு நிற உடையை
அணிந்து கொள்கிறது பகல்.

சில நொடிப் பொழுது
வாழ்ந்தாலும் தானும்
குதூகலமாகவும் தன்னை ரசிப்பவர்களையும்
பரவசமாக்கும் பனித்துளி

மரத்தடியில் உதிர்ந்து கிடக்கும் மலர்கள்..!
தன்னை வளர்த்து விட்ட
வேர்களை மரம் பூப்போட்டு
வணங்குகிறதா?

கடல் அலைகளுக்கு
எவ்வளவு அன்பு கரைகள் மீது ஒவ்வொரு முறையும்.
முத்தமிட்டு தன் அன்பை வெளிப்படுத்துகின்றன.

இந்த உலகில் யாகும்.
அரைதை அல்ல
இனிமையை தர காற்றும் வழிகாட்ட வானமும்
இருக்கும் வரை

இயற்கை செழிக்க
வைத்தால் இயற்கை.
நம்மை செழிக்க வைக்கும்.
இயற்கையை நாம் அழிக்க நினைத்தால் இயற்கை
நம்மை அழித்து விடும்.

ஆறாத காயங்களுக்கு
நீண்ட தூர பயணமும்
இயற்கையும் தான்
சிறந்த மருந்தாக.
இருக்கின்றது.

இயற்கையின் ரகசியம்
தினமும் வெளி உலகிற்கு
தெரியாமல் மூடி
மறைகின்றது இரவு.

கவிதை தலைப்பு:

உண்மையான நட்பின் கவிதை

பெயர்: கோ.வீணா

பள்ளி: RLM

சிப்பிக்குள் முத்து பிறக்கிறது அழிக்க முடியாத நட்பு உள்ளத்தில் பிறக்கிறது ஆயிரம் விண்மீன்கள் வானில் இருந்தாலும் இரவுக்கு அழகு நிலவு அதேபோல் வாழ்க்கைக்கு அழகு உண்மையான நட்பு. நட்பு ரோஜா மலர் அல்ல இதயத்தில் பூக்கும் உண்மையான அன்பு மலர் கண்ணீர் துளியை துடைப்பது மட்டும் நட்பல்ல கண்ணீர் துளிகள் வராமல் தடுப்படுத உண்மை யான நட்பு தொலைவில் இருந்தாலும் தொலைமாத நினைவுகள் இருந்தால் அதுவே உண்மையான நட்பு

அழுகைக்கும் சிரிப்பிற்கும் இடையே பின் இருக்கும் காரணத்தை கண்டறிவது உண்மையான நட்பு துன்பத்தில் பங்கெடுப்பது மட்டுமல்ல உயிரையே கொடுக்க நினைக்கும் உண்மையான நட்பு இதயம் வலிக்கும் போது தாங்குவதும் இதயம்தடுமாறும் போது தட்டி கொடுப்பதும் உண்மையான நட்பு கடந்த காலம் நிகழ்காலம் எதிர்காலம் குறித்து பகிர்வது உண்மையான நட்பிடம் மட்டுமே உறவுகள் மறந்தாலும் தேடிவருவது உண்மையான நட்பு கலங்கரை விளக்கமாம் வழிகாட்டுவது உண்மையான நட்பு எதையும் எதிர்பார்க்காமல் உதவும் நட்பை பிரியாமல் இருப்பது நல்லது பிரிந்தால் நட்பின் இலக்கணம் இல்லாமல் போய் விடும் இது தான்

உண்மையான நட்பின் கவிதை

கவிதை தலைப்பு:

இயற்கை

பெயர்: மு.நந்தினி
பள்ளி: RLM

இலைகள் படப்படக்கும் ஓசைக் கேட்டேன்
இமைகள் படப்படக்க நின்றேன்!
பூக்களைத் தேடிவரும் வண்டுகளைக் கண்டேன்
புன்சிரிப்பு தோன்ற நின்றேன்!
வண்ணக்கிளிகள் பேசுதம்மா வர்ணிக்க வார்த்தைகள்
இல்லையம்மா!
சோலைக்குயில்கள் பாடுதம்மா சொல்குற்றம் அங்கே
இல்லையம்மா!

பாசப்பறவைகள் எல்லாம் பறக்குதம்மா
பாவிகள் அங்கே இல்லையம்மா! காற்றின் சீற்றத்தைப்
பார்த்தேன் கடலின் அலைகளைக் கண்டேன்!
வாட்டத்தோடு இருந்த எனக்கு வசந்தம் தோன்றியதம்மா!
தென்னங்கீற்றின் அழகில் தென்றல் காற்று வீசுதே!
நெல்லிமரத்தின் நிழலில் குருவிகள்
ஓய்வெடுக்கிறதே!

புன்னைமர நிழலில் பூக்கள் கோலம் போடுதே
மலையின் ஆட்சி நடக்குதம்மா! மழையும் பொழிந்து
மகிழுதம்மா! இறைவன் படைத்த இயற்கையிலே
ஏற்றத் தாழ்வு இல்லையம்மா!

கவிதை தலைப்பு:

பூ

பெயர்: Sandhiya A
பள்ளி: RLM

அந்த பூ உயிரிழக்கும் நொடி
திடிரென சள சள வென்று மழை பொய்ந்த உடனே பூ
மழை நீரின் துளி பட்டு பூ நிறைபடுகிறது. உடனே பூ
மறு பிறவி எடுத்து உயிர் பிழைத்தது அப்போது காற்றும்
வண்டும் சொன்னது தாலாட்டு அசைத்தும் பாடலை
பாடியும் உன்னை காப்பாற்ற
முடியவில்லை நீர் ஒன்று தான்
உன்னை காப்பாற்றியது.
அதனால் நீருக்குதான்
நீ சொந்தம்...

கவிதை தலைப்பு:

மழை

பெயர்: திருஅறன்.ர

பள்ளி: KRM

காத்திருக்கிறேன் உனக்காக நான்
என் வீட்டு மொட்டை மாடியில்
பார்வைகள் முழுதும் கருமேகங்களை நோக்கி..
மின்னல்கள் நடத்திய வானவேடிக்கையும்
இடி ஓசைகளின் இன்னிசை கச்சேரியும்
உன்னை வரவேற்க தயாராயின...

சில் காற்றில் நான் உறைய
முகத்தில் இட்டாய் முதல் முத்தம்
சாரல் துளியாய் என்னிடம் வந்தாய்
மழை துளியாய் என் மீது பொழிந்தாய்...

உடலை முழுதாய் நனைய செய்தாய்
உடலையும் உள்ளத்தையும் குளிர்த்து விட்டாய்...

இந்த அகன்ற பூமிக்கு வானம்
தரும் பரிசே மழை...

காக்திருக்கிறேன் உனக்காகத்தான்
என் வீட்டு மொட்டை மாடியில்...

கவிதை தலைப்பு:
வெண் தேவதைகள்
பெயர்: பி.ரா.சாய் வைஷாக்
பள்ளி: KRM

நான் கேட்டறிந்தே
பல குரல்களிலே
அதுவும் ஒரு குரல்!
என்னை பத்து மாதம் சுமந்த
என் தாய் என்னை தன்
கைகளில் ஏந்தும் முன்பே
தன் கைகளில்
என்னை ஏந்தியவள்! [செவிலியர்]
என்னை போன்ற பல சிசுக்களைப்
பெறாமல் பெற்றெடுத்த
தாய்!
வெள்ளை உடை அணிந்த
வெண் தேவதை!
"செவிலியர்கள்"

கவிதை தலைப்பு:
விமானம்

பெயர்: Nirupama. V.P

பள்ளி: KRM

நான் கடல் பார்க்க
போன வழியிலே
வானத்தில் பறவை போல்
பறப்பது விமானம்

பெயர்: டி.லக்ஷன்
பள்ளி: KRM

காலை பள்ளி செல்லும் வேலையில்
வண்டிகளின் சத்தம் -
பள்ளியில் கேட்கும்
மணியின் ஓசை -
வகுப்பறையில் சக மாணவர்களின் கூக்குரல்
ஆசிரியரின் அன்பு மற்றும் கம்பீரமான குரல்
இவற்றை எல்லாம் நான் கேட்காமல்
தவித்துப் போனேன் இந்த
இரண்டு வருட ஊரடங்கில்.

கவிதை தலைப்பு:

வண்ணத்துப்பூச்சி

பெயர்: ஹெலினா
பள்ளி: Hindustan International School

வண்ணத்துப்பூச்சி, வண்ணத்துப்பூச்சி,
உன் இறக்கைகள் எவ்வளவு வண்ணமாய் இருக்கிறது!
நீ சுறுசுறுப்பாய் பறந்து,
என் கையில் முத்தம் கொடுத்தாயே!

வண்ணத்துப்பூச்சி, வண்ணத்துப்பூச்சி,
எப்பொழுது என் பள்ளிக்கு வருவாய்
உன் நண்பர்களோடு ஓட்டப்பந்தயம் விளையாடலாமே
நான் வரைந்த பாடங்கள் நீ பார்க்க மாட்டாயா?

வண்ணத்துப்பூச்சி, வண்ணத்துப்பூச்சி,
சீக்கிரமாய் பறந்து வா
நான் உன்னோடு பாடும்படி மிகவும் விரும்புகிறேன்!
நீ இல்லாமல் நான் தவிக்கிறேன்!
உன் வரவை எதிர்நோக்கி காத்திருக்கிறேன்!

கவிதை தலைப்பு:

இறைவனின் நன்மைகள்

எனக்கு பாடுவது மகிழ்ச்சி
அந்தப் பாடல் மூலம் இறைவனுக்கு புகழ்ச்சி
எனக்கு படம் வரைவது பிடிக்கும் அதனால் என் இருதயம்
துடிக்கும்

தண்ணீர் குடித்தால் தாகம் தீரும் எனவே இறைவனிடம்
சேர்ந்திடு நீயும்
என் பாடங்களை நன்றாக படிக்கிறேன்
எனவே இறைவனுக்கு நன்றி செலுத்துகிறேன்
பெரிய நன்மைகள் கொடுத்தாரே எனவே இறைவனின்
மகிமைக்கும் பாடுகிறேன்
நீயும் இறைவனை நோக்கி பார் உன் கால்கள் தள்ளாட
விடமாட்டார்

கதை தலைப்பு:
தன்னம்பிக்கையும் மனதைரியமும்

பெயர்: ஏ.அருணா
பள்ளி: SVMHSS

ஒரு முயல் தற்கொலை செய்து கொள் முடிவெடுத்ததாம்! ஆம் முயல் என்ன செய்யும் பாவம்! ஒரு பக்கம் வேடன் மிரட்டுகிறான் இன்னொரு பக்கம் நாய்..மறுபக்கம் புலி..என எந்த பக்கம் திரும்பினாலும் எதிரிகள் துரத்துகின்றார்கள் சரி இனி நாம் வாழ தகுதியற்ற விலங்கு என முடிவெடுத்தது. முயல், பின்னர் எப்படி எல்லாம் தற்கொலை செய்யலாம் என்று சிந்தித்துப் பார்த்து இறுதியாக குளத்தில் குதித்து தற்கொலை செய்து கொள்வோம் என்று எண்ணி குளத்துக்குச் சென்றது முயல். அப்போது முயலின் வருகை அஞ்சி அங்கு குளத்தின் கரையில் இருந்த தவளைகள் குளத்துக்குள் தாவின. அதை கண்ட முயல் சிந்தித்தது.. "அட!! நம்மையும் பார்த்து பயப்பட இந்த உலகில் உயிரினங்கள் உள்ளனவா?" என்று ஆச்சரியப்பட்டு தன் தற்கொலை முடிவை மாற்றிக்கொண்டு தைரியத்தை வரவழைத்துக் கொண்டு தன்னம்பிக்கையோடு வாழ ஆரம்பித்ததாம். தற்கொலை செய்து கொள்வதற்கூட வலிமையான மனம் இருந்தால் நாம் ஏன் மாய்த்துக் கொள்வது பற்றி என்ன வேண்டும்? வாழ்ந்துதான் பார்ப்போமே.. என்று முயல் மனதில் தைரியம் வந்தது. அது போல மனிதனுக்கு தன்னம்பிக்கை மிக முக்கியம் அதனால் மனிதர்களும் மன தைரியத்துடன் வாழ்வோம்!

"நமக்கு நாமே ஆறுதல் கூறும் மன தைரியம் இருந்தால் அனைத்தையும் கடந்து போகலாம்!"

"யானையின் பலம் தும்பிக்கை மனிதனின் பலம் நம்பிக்கை!"

அதனால் தான் நம்பிக்கையுடன் கல்வி செல்வங்களை பெறுங்கள் என்கிறோம். ஆசிரியர் மீது நம்பிக்கையும் உங்கள் மீது தன்னம்பிக்கையும், மனதைரியமும், அறிவு இருந்தால் போதும் எதிலும் வென்று விடலாம் பெற்றோரிடம் மரியாதை, பண்பு, பாசம் இருக்க வேண்டும்.

"வாழ்வில் எதை இழந்து வட்டாலும் தன்னம்பிக்கையை இழந்து விடக்கூடாது.."

கதை தலைப்பு:
கோபப்படுபவன்
பெயர்: த.பிரியங்கா
பள்ளி: SVMHSS

கோபப்படுபவன்

ஒரு பையன் ஏதற்கெடுத்தாலும் மிகவும் கோபப்படுபவனாக இருந்தான். அவன் கோபத்தில் பேசும் வார்த்தைகள் செயல்கள் அவனது வீட்டார் மற்றும் சுற்றத்தாரைப் பெரிதும் காயப்படுத்தின பையனின் நிலையை மாற்ற விரும்பிய அவனது தந்தை அவனிடம் ஒரு சத்தியல் மற்றும் பை நிறைய ஆணிகளை தந்து "உனக்கு எப்பொழுதெல்லாம் கோபம் வருகிறதோ அச்சமயம் வீட்டின் பின்புறத்தில் இருந்து மரவேலியில் இந்த அணிகளை அடித்து விடு". என்று கூறினார். பையனும் தந்தை கூறியவாறே செய்து வந்தான். பையிலுள்ள ஆணிகள் விரைவில் தீர்ந்து போயின. தந்தை அடுத்த ஆணிகள் நிறைந்த பையைப் பையனிடம் கொடுத்தார். இவ்வாறு தொடர்ந்து செய்து வருகையில் தனது கோபம் குறைந்து, உணர்வுகள் கட்டுப்பாட்டிற்குள் வருவதை பையன் உணர்ந்தான். பின்னர் அதை அவனது தந்தையிடம் தெரிவித்துப் பொழுது அவன் தந்தை

"இப்பொழுது நீ மரவேலியில் அடித்த ஆணிகளை எடுத்து விடு." என்று கூறினார். தந்தை கூறியவாறு அடித்த அத்தனை ஆணிகளையும் எடுக்கையிலும் கூட, பையனுக்குக் கோபம்

ஏற்படவில்லை; இதையும் கவனித்த தந்தை, தனது பையனை அழைத்து "இப்பொழுது உன் கோபம் வந்துவிட்டது ஆனால், நீ ஒரு விஷயத்தை கவனித்தாயா?"

என்று கூறி, வண்ணம் தீட்டிய மரவேலியைக் காட்டி, அதில் நீ அடித்த ஆணிகளை நீக்கிய பின்பு ஏற்பட்டுள்ள துளைகளைக் கவனித்தாயா என்ன தான் வண்ணம் தீட்டி இருப்பினும் அத்துகளைகள், மரவேலியின் அழகை குலைக்கின்றன. இதுபோல்தான் முதலில் நீ கோபப்பட்டு, தற்பொழுது அந்தக் குணத்தை விட்டு மீண்டு வந்திருந்தாலும் நீ பேசிய கோப வார்த்தைகளால் மற்றவர் மனதில் ஏற்பட்ட காயம் இத்துகளைகள் போலவே ஆறாமல் இருக்கும். ஆகையால் இது போன்ற வருதவறை இனி என்றும் உண் வாழ்நாளில் செய்யலாகாது” என்று அறிவுரை கூறினார்.

கோபம் என்பது ஒரு கத்தியைப் போன்றது. கத்தியைக் கொண்டு ஒரு மனிதனைக் குத்தினால் அதனால் ஏற்பட்ட காயம் ஆறிய பின்னும் அதனால் ஏற்பட்ட தழும்பு அந்நபரில் நிலைத்திருக்கும். அது போன்றே கோபத்தை பேசிய வார்த்தைகளும் மனதில் ஆறா தழும்பை ஏற்படுத்திவிடும்.

கதை தலைப்பு:
நேர்மை தந்த பரிசு
பெயர்: K. Vidhula

பள்ளி: KRM

நேர்மை தந்த பரிசு

ஒரு ஊரில் ஒரு ராஜா என்னும் செல்வந்தர் வசித்து வந்தார். அவருக்கு ஏராளமான நன்செய் புன்செய் நிலங்களும், நிறைய பசுக்கள், குதிரைகள் உள்ளிட்ட கால்நடைகளும் இருந்தன. அவர் பணத்தில் மட்டுமல்லாது இரக்க குணத்திலும் செல்வந்தராக விளங்கினார். ஏழை, எளிய மக்களுக்கு தன்னாலான உதவிகளை செய்து வந்தார்.

ஒரு நாள் அவ்வூரில் மழை பெய்யாது பெரும் வறட்சி ஏற்பட்டது.

விவசாய நிலங்கள் தரிசாகின. கிராம மக்கள் பெரும் துயரத்திற்கு உள்ளாகினர். செல்வந்தர் ராஜா குழந்தைகள் பட்டினியால் தவிப்பதை கண்டு மனம் வருந்தினார். அங்கு உள்ள குழந்தைகளை கணக்கெடுத்து, அவர்களின் எண்ணிக்கைக்கு ஏற்ப உணவை தந்தார்.

அச்சமயம் உணவு செய்த சமையல்காரரின் மோதிரம் ஒன்று அவர் செய்த ஏதோ ஒரு உணவு பொட்டலத்தில் கலந்துவிட்டது. இதை அவர் ராஜாவிடம் தெரிவித்தார் அப்பொழுது ராஜா ஒன்றுயோசித்தார். இந்த உணவு பொட்டலங்களை அனைத்து குழந்தைகளுக்கும் கொடுத்து அதில் எந்த குழந்தை நேர்மையாக அந்த மோதிரத்தை கொடுக்கிறதோ அந்த குழந்தைக்கு ஒரு பரிசு என்று சமையல்காரனிடம் கூறினார். ராஜா

கூறியதைப் போல் அனைத்து குழந்தைகளுக்கும் உணவு பரிமாறினார்.

அதில் ஒரு குழந்தை தன் பல்லின்யிடையே ஒன்று சிக்கியதைப் போல் உணர்ந்தது. அப்பொழுது ஒரு தங்க மோதிரம்கிடைத்தது அதைதன்பெற்றோரிடம்காட்டினான். அவன் பெற்றோர்கள் அந்த மோதிரத்தை கொண்டு ராஜாவிடம் கொடு என்றார்கள். ராஜா இந்த குழந்தையின் நேர்மையை கண்டு மெய்மறந்துப்போய்விட்டார்.

மெய்மறந்துப்போன ராஜா அவர்களிடம் உன் பெயர் என்னவென்று கேட்டார் அதற்கு அவன் எனது பெயர் சுந்தர் என்றான். ராஜா அவனிடம் உனது நேர்மைக்காக நான் சிறிது தங்க காசுகள் கொடுக்கிறேன் இதை எடுத்துக் கொள் என்றார் அதற்கு சுந்தர் நன்றி கூறிவிட்டு அவர் கொடுத்த பரிசை வாங்கி சென்றான்.

நீதி: நம் பெற்றோர்கள் நண்பர்கள் மற்றும் அனைத்து பெரியவர்களிடம் நேர்மையாக இருந்தால் அதற்கான பரிசு நிச்சயம் கிடைக்கும்.

கதை தலைப்பு:
வெஸ்ப்பாவின் கனவு

பெயர்: Jhanvi. R

பள்ளி: KRM

ஒரு ஆழ்ந்த கடலில் ஒரு அழகிய மீன் வண்ணமயமாக வசித்து வந்தது. அந்த மீனின் பெயர் "லூகா". லூக்காவின் உலகமே அவன் "தாய் மற்றும் குடும்பம் லூக்கா குடும்பத்தில் அவன்,அப்பா அம்மா,பாட்டி மட்டுமே இருந்தனர்". ஒருநாள் லூக்கா விளையாட தன் நண்பன் ஆல்பர்டோவை அழைத்தான் இருவரும் நன்றாக விளையாடினர் ஆல்பர்டோ தன் வீட்டிற்கு அழைத்தான் லூக்காவும் சென்றான். ஆல்பர்டோ கரையை நோக்கி சென்றான் லூக்கா அலறினான் ஏனென்றால் லூக்காவும் ஆல்பர்டோவும் அதிசய மீன்கள் எப்போதெல்லாம் தண்ணீரை விட்டு வெளியே செல்கிறார்களோ மீன் உடம்பு மனித உடம்பாக மாறிவிடும். இருவரும் வெஸ்பா வண்டியை வாங்கலாம் என்று சிந்தித்தார்கள். லூக்காவும் ஆல்பர்டோவும் ஊருக்குள் சென்றார்கள். இருவரும் "மாபெரும் உலகப் போட்டியில்" கலந்து கொண்டார்கள். நீச்சல் போட்டி வந்தது இருவரும் பயந்தார்கள் வீணாக மாறிவிடுவோமோ ஆனால் மாறவில்லை. நீச்சல் உடையை இருவரும் அணிந்து கொண்டான். பரிசு பெற்றார்கள் வெஸ்பா வண்டி பரிசாக கிடைத்தது.

ஒற்றுமை மற்றும் அறிவே பலம்

கதை தலைப்பு:

யானை அண்ணே!

பெயர்: ரா.பார்கவி

பள்ளி: SVMHSS

யானை அண்ணே!

ஒரு காட்டில் உள்ள மரத்தில் குருவி ஒன்று தனது குட்டிகளுடன் சந்தோசமாக வாழ்ந்து வந்தது. அப்போது அந்த வழியாக வந்த யானை ஒன்று அந்த மரத்தை -அசைத்தது. அதற்கு அந்த குருவி, "யானை அண்ணே! யானை அண்ணே! இங்கதான்னே நாங்க வாழுறோம். எங்க இடத்த நீங்க அசைச்சா நாங்க எப்படின்னே இங்க இருக்குறது" என்றது. அதற்கு அந்த யானை, "என்னது! இவ்வளவு பெரிசா இருக்குற என்னையப் பாத்து இவ்வளோ சிறுசா இருக்குற நீ அண்ணே என்று சொல்லுறியா" என்றது. அந்தகுருவி "இது எங்களோட கூடு" என்றது. "உனக்கு அது கூடு, எனக்கு அது சாப்பாடு" என்றது யானை. "சரி! அதற்கு ஒரு போட்டி வைக்கலாமா?" என்றது குருவி. "என்ன போட்டி?" என்றது யானை. அதற்கு "அதோ, அங்க பனைமரம் தெரியிதுல்ல அங்க யார் முதல்ல பறந்து போறாங்களோ அவங்கதான் வெற்றியாளர்" என்றது குருவி. நம்மால் எப்படி பறக்கமுடியும் என்று சிந்திக்காமல் "சரி, வர -வெள்ளிக்கிழமை போட்டிய நடத்தலா" என்று ஆணவத்தோடு கூறியது யானை. அப்போது அங்கே ஒரு மயில் வந்து அமர்ந்தது. அந்த மயிலிடம் யானை சென்று "மயிலே மயிலே எனக்கு மரியாதையா பறக்க சொல்லிக்கொடு" என்றது. "மரியாதையாவா சொல்லிக் கொடுக்கணும், என்னத் திமிரு உனக்கு" என்று நினைத்துக்கொண்டு கூறியது "யானையாரே!

அதோ அந்த மேடையில் ஏரி கீழே தெரியும் பள்ளத்தில் கால்களை அசைத்து குதிங்க, பறக்கலாம்" என்றது.

அதற்கு யானை "இவ்வுளவுதானா பறக்குறது" என்று கூறிவிட்டு அந்த மேடையில் ஏரி குதித்து கால்களை அசைத்தது. ஒன்றும் நடக்கவில்லை, வேரென்ன பலமான அடி யானைக்கு. அந்த யானை மெதுவாக எழுந்து நடந்தபோது அங்கே ஒரு காகம் இருந்து அந்த காகத்திடம் "காகமே எப்படி பறப்பது என்று சொல்லிக்கொடு என்று திரும்பவும் ஆனவத்தோடு கேட்டது. அதற்கு காகம் அடிப்பட்டும் நீ திருந்தலையா" என்று நினைத்துக் கொண்டு கூறியது "யானையாரே! இது சிறிய உயரம். அதோ அந்த மலை உச்சிக்குச் சென்று கை, கால்களை வேகமாக அசைத்து குதிங்க, பறந்துவிடலாம்!" என்றது. யானை மெதுவாக மலை உச்சிக்குச் சென்று குதிக்கத் தயாரானது. அப்போது குருவி வந்து "யானை அண்ணே! அவங்க எல்லாரும் பொய் சொல்லுறாங்கண்ணே. உங்களால். பறக்க முடியாது "என்றது. அதற்கு யானை" என்ன, நீ போட்டியில் தோற்றுவிடுவாய் என்று என்னை திசைத் திருப்புகிறாயா?" என்றது. "இல்லண்ணே! இந்த உலகத்துல இருக்குற எல்லாருக்கும் இயற்கை ஏதாவது ஒரு திறமை கொடுத்துருக்கு. இப்போ, நீங்க ரோட்டுல நடந்தா எல்லாரும் உங்கல ஆச்சரியமா, அதிசயமா, ஆர்வமா பாப்பாங்க. அது உங்கலோட திறமை. அதுபோல குயில் கூவும், மயில் ஆடும், கிளி பேசும், குதிரை ஓடும் இந்தமாதிரி இயற்கை எல்லாருக்கும் திறமை கொடுத்துருக்கு"என்றது குருவி. "அப்படியா!" என்றது யானை. "உருவத்தை வைத்து எடை போடக்கூடாதுன்னு வள்ளுவர் தாத்தா சொல்லியிருக்காருண்ணே." என்றது குருவி. "வள்ளுவர் தாத்தாவே சொல்லியிருக்காரா, அப்பன்னா சரியாதா இருக்கும்" என்று கூறி மெதுவாக மலையிலிருந்து இறங்கி வந்தது. இறங்கி வரும்போது

யானை ஒரு பாட்டுப்பாடியது. என்னத் தெரியுமா "எத்தனை பெரிய யானைக்கு எத்தனை சிறிய அறிவிருக்கு. எத்தனை சிறிய குருவிக்கு எத்தனை பெரிய அறிவிருக்குகுகுகு... என்று பாடியது.

இக்கதையில் நாம் எவரையும் உருவத்தை வைத்து எடை போடக்கூடாது என்று அறிந்துகொண்டோம். இனிமேல் அந்த யானையும் உருவத்தை வைத்து எடை போடாது நாமும் போடக்கூடாது.

கதை தலைப்பு:
நான் கண்ட இலக்கியம்!

பெயர்: கு.காவியா
பள்ளி: SVMHSS

நான் கண்ட இலக்கியம்!

ஒரு அழகான காலை பொழுதில் சுறுசுறுப்பான நகரத்தில் வாகனங்கள் விரைவாக செல்லும் வேளையில் நானும் என் அம்மாவும் கோவிலை நோக்கி சென்று கொண்டிருந்தோம். அப்போது அவ்வழியே ஒரு விளம்பர பலகை இருந்தது. அது என்னவென்றால் வரும் ஆகஸ்ட் 1 ஆம் தேதி முதல் 5 ஆம் தேதி வரை சென்னை, அம்பத்தூரில் குழந்தைகளுக்கு என்று சிறப்பு இலக்கிய விழா நடைபெற உள்ளதாக அறிவிப்பு தந்திருந்தனர். அதனை பார்த்தாவுடன் அவ்விழாவிற்கு செல்ல வேண்டும் என்று என் மனதில் ஆசை ஏற்பட்டது.

எனவே, நான் என் அம்மாவிடம் "நாம் அங்கு போகலாமா?" என்று கேட்டேன். அதற்கு என் அம்மா சிறிதும் யோசனை செய்யாமல் கூட்டிச்செல்கிறேன், என்று கூறிவிட்டார். நாட்கள் கடந்தன.. நான் என் நண்பர்களிடம் இவ்வாறு இலக்கியத்தை பற்றிய விழா ஒன்று நடைபெற உள்ளது என்று கூறி அவர்களையும் அவ்விழாவில் கலந்து கொள்ளு மாறு கூறினேன். ஆகஸ்ட் இரண்டாம் தேதி பள்ளி விடுமுறையில் நாணும் என் அம்மாவும் அவ்கிழாவிற்கு மிக ஆர்வத்துடன் சென்றோம்.

நாங்கள் உள்ளே சென்றோம்!! அவ்விடமே எழில் நிறைந்ததாக கண்களுக்கு உயிர் குடுக்கும் விதமாக அமைந்திருந்தது. அது மட்டும் இல்லாமல் நவீன காலத்திற் கேற்ப குழந்தைகளை ஈர்க்கும் விதமாக

பூங்கா மற்றும் இலக்கியத்தை பற்றி பேசும் பொம்மை மற்றும் ரோபோக்கள் போன்றவை அவ்மிடத்தில் அமைந்திருந்தது. பிறகு இலக்கியத்தில் விருந்தோம்பல்

என்னும் தலைப்பில் இல்லத்திற்கு வருபவர்களை நாம்

எவ்வாறு வரவேற்று மகிழ்விக்க வேண்டும் என்று

காட்சிப்படமாக காட்டினார்கள். அதில் விருந்தினரும் வறியவரும் நெருங்கி யுண்ண மேன்மேலும் முகமலுரும் மேலோர் போல

இலக்கியங்களில் கூறப்பட்டுள்ள இவ்வரிகள் என்னை மிகவும் ஈர்த்தன. இவ்வரிகள் மூலம் விருந்தினருக்கு உணவிடுவோர் முகமலர்ச்சியை உவமையாக்கியுள்ளார் செயங்கொண்டார். அதனை தொடர்ந்து கோபல்லபுரத்து மக்கள் என்னும் தலைப்பில் ஓர் நாடகம் நடைபெற்றது. அதில் அனைவரும் தத்துருபமாக நடித்தனர். அதில் ஒரு பசியால் வாடிய இளைஞனை தேற்றிய காட்சியையும் கோபல்லபுரம் என்னும் கிராமத்தில் உள்ள மனிதர்களின் விருந்தோம்பலையும் அற்புதமாய் உணர்ச்சி பொங்கும் வகையில் நடித்துக்காட்டினர். அதனை தொடர்ந்து காலத்திற்கேற்ப இலக்கியங்களில் ஏற்பட்ட மாற்றங்களை குழந்தைகளுக்கு புரியும் விதமாக தேன் சொட்டும் வகையில் பாடினர் பாடல்களை ரசித்து கேட்டு விட்டு நானும் என் அம்மாவும் சுற்றிப் பார்த்துக் கொண்டிருந்தோம் அப்பொழுது அங்கு ஓர் இடத்தில் பேச்சுப்போட்டி நடைப்பெற்றிருந்தது. அங்கு செல்லும் போது என் தோழியை கண்டேன். நாங்கள் இருவருமே போட்டியில் கலந்து கொண்டு பல கைத்தட்டல்களை பெற்றோம்

பிறகு நாங்கள் அனை வரும் ஒரு அரங்கத்திற்குள் சென்றோம் அங்கு சிலப்பதிகாரத்தின் சிறப்பை கூறினர் அவர்கள் பூம்புகார். என் ஒரு அம்மாவின் சொந்த ஊரில் சிலப்பதிகாரத்தின் பெருமைகளை கூறும் கலைக்கூடம் ஒன்று இருப்பதாக கூறினர். நான் என் அம்மாவை பார்த்து "நீங்கள் அந்த கலைக்கூடத்திற்கு சென்றிருக்கிறீர்களா? என்று கேட்டேன், அதற்கு என் அம்மா "நான் சிறியவளாக இருக்கும்போது என் பள்ளியில் இலக்கண நாளை முன்னிட்டு அழைத்து சென்றர்' என்று கூறினாள். அதுை. தொடர்ந்து சிலப்பதிகாரத்தை நாடகமாக கண்டு மிரட்சியடைந்தோம்வீட்டிற்குசெல்லும்நேரம்ஆகிவிட்டது. எனவே, சிறிது நேரம் பூங்காவில் விளையாடிவிட்டு வீடு திரும்பினோம். எனக்கு அங்கிருந்து வர மனசே இல்லை. நான் என் நண்பர்களிடம் என் அனுபவத்தை கூறினேன். நான் கண்ட இலக்கியத்தை" கூறி மகிழ்ந்தேன்!....

கதை தலைப்பு:

உங்கள் பயத்தை வெல்லுங்கள்

பெயர்: K.Reshma,

STD:11-A, School: Perunthalaivar Kamrajar Government Girls

'Higher secondary school

ஒரு சின்ன பொண்ணு குழப்பத்தோடு மற்றும் பயத்தோடும் இருந்தால். அதற்கு காரணம் இன்னும் சில நாட்களில் அவள் ஒரு பேச்சு போட்டியில் கலந்துகொள்ள வாய்ப்பு கிடைத்தது. அவளுக்கு பேசுவது மிகவும் பிடிக்கும் ஆனால் இதற்கு முன்னால் அவள் மேடையில் பேசியது கிடையாது அதனால் தயக்கமும், பயமும் ஏற்படுகிறது. அவள் பேசுவதற்கான தலைப்பை நன்றாக தயார் செய்து கொண்டு இருந்தாள். பேச்சு போட்டிக்கான நாளும் வந்தது போட்டியும் தொடங்கியது அவளுடைய சக போட்டியாளர்கள் பேசுவதைப் பார்த்து அவளுக்குள் பயமும் மற்றும் பதற்றமும் ஏற்பட்டது. ஏனெனில் இதற்கு முன்னால் பேசியவர்கள் சிலர் நன்றாக பேசினார்கள் சிலர் அங்கு உள்ள கூட்டத்தை பார்த்து தயங்கி பேசாமல் நின்றார்கள். இதைக்கண்டதும் அவளுக்குள் இன்னும் பயம் அதிகரித்தது "நான் சரியாக பேசுவோமா இல்லையா" என்ற சந்தேகத்துடன் மேடைக்கு சென்றால்.அவள் முன்னால் முதல் முறையாக ஒரு பெரிய கூட்டத்தை கண்டதும் பயத்தில் பேச்சு போட்டிக்காக அவள் தயார் செய்த அனைத்தும் மறந்து பேச முடியாமல் அரங்கத்தில் நின்றாள் "இதுவே அவள் முதல் முயற்சி மற்றும் முதல் தோல்வி". இது நடந்து சில நாட்களுக்கு அவள் பள்ளிக்கு

செல்லவில்லை ஏனெனில் பள்ளிக்கு சென்றால் கேளி, கிண்டல் செய்வார்கள் என்று நினைத்தால், வீட்டில் பெற்றோர்கள் இடமும் சரியாக பேசவில்லை.ஒரு நாள் அவளுடைய ஆசிரியர் அவளுடைய பெற்றோர்க்கு அழைப்பு விடுத்தார் என் உங்கள் மகள் சரியாக பள்ளிக்கு சரியாக வரவில்லை என்பதை பற்றி பேசுவதற்குகாக. அப்போழுது தான் அந்த ஆசிரியர்க்கு தெரிந்தது அவள் பேச்சு போட்டியில் சரியாக பேசமுடியாமல் போனது அவள் மனதை மிகவும் காயப்படுத்தி இருக்கிறது மற்றும் அதில் இருந்து வெளியே வர முடியாமல் இருக்கிறாள் என்றும். வகுப்பு ஆசிரியர் அவளை இனி பள்ளிக்கு சரியாக வரவேண்டும் என்று அவளுடைய பெற்றோர்கள் யிடம் சொன்னார்.ஆசிரியர் கேட்டு கொண்டதால் தங்கள் மகள் போக மாட்டேன் என்று சொன்ன பிறகும் அவளை கட்டாய படுத்தி பள்ளிக்கு அனுப்பினார்கள்.அவளும் பள்ளிக்கு சென்றால் வகுப்பு ஆசிரியையயும் எப்போதும் போல வகுப்பை நடத்தி முடித்தார், வகுப்பு முடிந்தவுடன் மாணவர்கள் அவளை பற்றி பேசிக்கொண்டு இருந்தார்கள். ஆசிரியர் வகுப்பில் உள்ள மாணவர்களை அமைதியாக இருக்க சொன்னார், எப்பொழுதும் ஒருவரை பார்த்து கேளி, கிண்டல் மற்றும் கிசுகிசுக்கள் போன்றவை பேச கூடாது என்பதை அறிவுரை வழங்கினார்.சிறுமியை அழைத்து "ஏன் இப்படி இத்தனை நாட்கள் பள்ளிக்கு சரியாக வரவில்லை? ஒருவேளை உன் வகுப்பில் உள்ளவர்கள் உன்னை பற்றி ஏதாவது பேசுவார்கள் என்று எண்ணி அதற்காக நீ வருத்தம், கவலை பட்டால் உன் வாழ்நாள் முழுவதும் இதற்காகவே போய்விடும் பிறகு உன் வாழ்க்கையை உன்னால் வாழ முடியாது…..". இப்போ சொல்லு உன் வாழ்க்கையை உனக்காக வாழப் பொகிறாய்யா?? அல்லது மற்றவர்கள் என்ன சொல்கிறார்கள் என்று நினைத்து உன் வாழ்க்கையை வாழாமல் போக போறியா?? முடிவு உன் கையில்.நீ

இன்னும் ஒன்று புரிந்துக் கொள்ள வேண்டும் உன் நன்பர்கள் உடன் வகுப்பில் பேசுவது மிகவும் எளிதானது ஆனால் மேடையில் பேசுவது கடினம்.கடினம் என்பதால் உன்னால் செய்ய முடியாது என்று நினைக்காதே, இவ்வுலகில் யாரும் எதையும் எளிதில் அடையவில்லை. இவ்வுலகில் எதையும் அடைவதற்கு ஆர்வம், பயிற்சி மற்றும் முயற்சி இவை மூன்றும் மிகவும் அவசியம்.இதை நம்பிக்கை இழக்காமல், மனம் தளராமல் செய்பவர்கள் வெற்றி பெறுவார்கள்.நீ இவை மூன்றில் இரண்டு சரியாக செய்தாய்.பயிற்ச்சி மட்டும் சரியாக செய்யவில்லை நீ முதல் முறையாக மேடையில் பேசுவதற்கு முன் ஒரு சின்ன கூட்டத்திற்கு முன்பாக பேசி இருக்க வேண்டும், ஆனால் நீ இது போன்று சரியாக பயிற்சி எடுக்காமல் நேரடியாக மேடையில் பேசும் போது பயம் ஏற்பட்டது இது தான் உன் தோல்விக்கு காரணம்.இனி வரும் போட்டியில் சரியாக பயிற்சி செய்து வெற்றியை உன் வசம் ஆக்கி கொள்.இன்னும் ஒன்று நீ நினைவில் வைத்திரு பயிற்சி செய்தாலூரம் எதாவது தவறு செய்து விடுவோமோ என்று சந்தேகம் வரலாம் அந்த சந்தேகம் உன்னை வளர விடாமல் தடுக்கும், அதற்காக நீ அஞ்ச கூடாது தவறு செய்தால் ஒன்றும் தவறில்லை.அந்த தவறுயில் இருந்து கற்றுக் கொண்டு இன்னொரு முறை இது போன்று நடக்காமல் இருக்க வேண்டும்.தவறு தான் உன்னை வாழ்வில் அடுத்த கட்டத்திற்கு எடுத்துச் செல்லும் எனவே அதை கண்டு அஞ்சாதே. சில நாட்களும் கடக்கிறது. அவளும் அடுத்த போட்டிக்காக நிறைய மாணவர்கள் முன்பு பேசி பயிற்சி செய்து கொண்டு இருந்தாள். போட்டிற்கான தேதியும், தலைப்பும் அறிவிக்கப்பட்டது. பேச்சு போட்டிக்கான தலைப்பு இந்தியாவில் உள்ள அரசியல் வாதிகளின் யாரேனும் ஒருவரைப் பற்றி பேச வேண்டும். அவள் எடுத்த அரசியல் வாதி கர்மவீரர், பெருந்தலைவர், கிங்மேக்கர் என்ற புனைபெயர் கொண்ட காமராஜர் பற்றி

பேச போகிறாள். பேச்சுபோட்டிற்கான நாளும் வந்தது போட்டியும் தொடங்கியது அவள் இத்தனை நாட்கள் செய்த பயிற்சியும், முயற்சியும் அவளுடைய ஆசிரியர் சொன்ன அறிவுரை பெரும் நம்பிக்கை தந்தது. அவளும் போட்டியில் நன்றாக பேசி முதல் பரிசு பெற்றாள்.

கதையின் கருத்து:நம் வாழ்வில் வெற்றி பெற ஆர்வம், முயற்சி மற்றும் பயிற்சி முக்கியம். இன்னொன்று நம்மை வழிநடத்தும் ஒரு வழிகாட்டி அது இந்த உலகில் நம் ஆசிரியர், பெற்றோர், சகோதரி,சகோதரன், நம் ஆன்மா என யாராக வேனும் நாளும் இருக்கலாம்.

கதை தலைப்பு:

உயிர் நண்பர்கள்

பெயர்: வைஷாலி

எட்டாம் வகுப்பு, 'ஆ' பிரிவு

வித்யா மந்திர் மேல் நிலைப்பள்ளி, சென்னை

ஒரு நாள் சோனு பள்ளியிலிருந்து தன் வீட்டிற்கு சோகமாக நடந்து கொண்டிருந்தான். சோனுவிடம் அவன் நண்பன் ஹரி ஏன் சோகமாக இருக்கிறாய் என்று கேட்டான். அதற்கு சோனு ஒன்றும் இல்லை என்று பதில் அளித்தான். சோனு சிக்கலில் இருப்பதை ஹரி அறிந்து கொண்டான் அதனால் அவன் சோனுவைப் பின்தொடர்ந்தான். சோனு ஒரு கிராமத்து வீட்டிற்கு நடந்து செல்வதை ஹரி பார்த்தான். ஹரி பக்கத்து வீட்டின் பின்னால் ஒளிந்துகொண்டு சிலர் சோனுவின் தந்தையிடம் பணம் கேட்பதைக் கண்டான். நாளை பணத்தை செலுத்த வேண்டும், இல்லையெனில் இந்த வீட்டில் வசிக்க முடியாது என்று உரிமையாளர் கூறினார். சோனுவின் தாய் இறந்துவிட்டார்.

அவனது தந்தை அவனை அன்புடன் கவனித்துக் கொள்வார். சோனுவின் தந்தையிடம் பணம் இல்லை. அவர்களுக்கு வாழ வீடு இல்லை. அவர் வாடகை வீட்டில் வசிக்கிறார், எனவே சோனுவின் தந்தை உரிமையாளருக்கு பணம் மற்றும் சோனுவின் பள்ளி கட்டணத்தையும் செலுத்த வேண்டும். இதையறிந்த ஹரி ஓடிவந்து தன் தந்தையிடம் பணத்தைக் கேட்டதோடு, பள்ளிக் கட்டணம் மற்றும் வீட்டு வாடகையைச் செலுத்தச் சேமித்த பணத்தையும் எடுத்துக்கொண்டான். பள்ளிக் கட்டணத்தையும் வீட்டு வாடகையையும் செலுத்தினான்.

ஹரியின் அப்பாவுக்கு வேறு வீடு இருந்தது. அதில் சோனுவும் அவனது தந்தையும் வாடகை இல்லாமல் வசித்து வந்தனர். அவர்கள் இருவரும் அவனுக்கும் அவனது குடும்பத்தினருக்கும் நன்றி தெரிவித்தனர். அவர்கள் அனைவரும் மகிழ்ச்சியாக வாழ்ந்தனர். இப்படி மற்றவர்களுக்கு உதவி செய்யும் நண்பர்கள் உயிர் நண்பர்கள் ஆவர்.

நன்றி.

கதை தலைப்பு:

மாணவனும் அவனின் திறமையைப் புரிந்துகொள்ளாத ஆசிரியையும்

பெயர்: Mymoon Bibi 6A

Vidyodaya Matriculation Higher Secondary Academy

ஒரு பள்ளியில் ‹மாலினி› என்று கணித ஆசிரியை ஒருவர் இருந்தார். அவர் நான்காம் வகுப்புக்கு கணித ஆசிரியையாக இருக்கும்போது, எல்லா மாணவர்களும் நல்ல மதிப்பெண்கள் எடுப்பார்கள். மற்றும் அந்த ஆசிரியைக்கு நன்றாக மதிப்பெண்கள் எடுக்கும் மாணவர்களை மட்டுமே பிடிக்கும்; எனவே அவர்களோடு அன்பாக இருப்பார். அவர் எடுத்த வகுப்பில் ஒரு மாணவன், எப்போதும் வரைந்துகொண்டே இருப்பான். அதும் கணக்கு வகுப்பில் மட்டும் தான் வரைவான். எனவே, ஆசிரியை அவனைத் திட்டிக்கொண்டே இருப்பார். ஆனாலும் அவன் திருந்தவில்லை. மாதங்கள் கடந்தன, அரை ஆண்டுத் தேர்வு தொடங்கியது. எல்லா மாணவர்களும் தேர்வு எழுத நன்றாக படித்து தேர்வு எழுத்தினர். அந்த கணக்கு ஆசிரியையும் தேர்வு மதிப்பெண்களைப் பார்க்க ஆர்வமாக இருந்தார். தேர்வு முடிந்தது, எல்லா மாணவர்களும் விடுமுறைக்கு மகிழ்ச்சியாக இருந்தனர். அப்படியே விடுமுறை தொடங்கியது, ஆசிரியைகள் மற்றும் ஆசிரியர்கள் தேர்வு காகிதங்களை திருந்தினர். கணித தேர்வில் எல்லா மாணவர்களும் நல்ல மதிப்பெணிகள் எடுத்திருந்தனர். ஆனால் அந்த

மாணவன் வினாக்களை எழுதி, ஓவியம் வரைந்து வைத்திருந்தான். அதனால் கணித ஆசிரியை அவனுக்கு மதிப்பெண்கள் போடவில்லை சில நாட்களுக்குப் பிறகு, "அந்தப் பையன் ஏன் எப்போழுதும் வரைந்து கொண்டே இருக்கிறான்?" என்ற கேள்வி எழுந்தது. எனவே, அந்தப் பையனின் தேர்வு காகிதத்தை எடுத்துப்பார்த்தார். அதில் அவன் விடைகளை ஓவியத்தில் எழுதிருந்தான். பிறகு ஆசிரியை மதிப்பெண்கள் போடும்போது. அந்த மாணவன் பிற மாணவர்களை விட அதிக மதிப்பெண்கள் எடுத்தான். ஆசிரியை விடுமுறைக்கு காகிதங்களை கொடுக்கும் போது அவனை பாராட்டினார்.

கதை தலைப்பு:
பெண் பலம்

பெயர்: S.Thanisha

Vidyodaya Matriculation. Hr. Sec. Academy

ஒரு சிறிய கிராமத்தில் இந்திரா என்ற பெண் அவளின் குடும்பத்துடன் வாழ்ந்து வந்தாள். அவளுக்கு கல்வி கற்க வேண்டும் என்ற ஆசை இருந்தாலும், அவள் தந்தை 'வேண்டாம்' என்று மறுத்ததால், சிறுவயதிலேயே வேலைக்கு சென்றால். பின்பு 18-வயதிலேயே அவளுக்கு திருமணம் செய்து வைக்கிறார்கள். அவள் கணவனின் விருப்பத்திற்கேற்ப நடந்துக்கொள்கிறாள். அவர்களுக்கு மூன்று பெண் குழந்தைகள் பிறக்கிறார்கள். அதன் பிறகு, ஒரு நாள் இந்திரா அவளின் கணவனிடம்," எனக்கு தையல் வேலை கற்றுக் கொள்ளனும்" என்று ஆசை உள்ளதாக கனவனிடம் கூறுகிறாள்: அதற்கு கணவன், "நமக்கு மூன்று பெண் குழந்தைகள் உள்ளன. அவர்களை பார்த்து கொள்ள வேண்டும், போயி சமைக்கிற வேலையை பாரு" என்று அவள் ஆசையை மறுகிறார். வீட்டு வேலை எல்லாவற்றையும் இந்திரா தான் கஷ்டப்பட்டு செய்கிறார்கள். அவளது கனவும் எப்போது அவளை திட்டிக் கொண்டே இருப்பார். அவள் அவளது கருத்தை முன் வைத்தாலும், "நீ ஒரு பெண், உனக்கு என்ன தெரியும்?, ஒரு வேலைக்கு உதவாதவள், நான் தான் நம் குடும்பத்தை பார்த்து கொள்கிறேன். நீ வீட்டில் சும்மா தான இருக்கிறாய்", என்றெல்லாம் ஆணவமாக பேசினார். இந்திரா கவலைபடுகிறாள்.

ஒரு நாள் நாடு முழுவதும் கொரோனா நோயால் பாதிக்கப்பட்டது. கனவனுக்கு வேலை இல்லை.

கனவனையும் நோய் தாக்கியது. மகளுக்கு பள்ளி கட்டணம் செலுத்து முடியவில்லை. எல்லோரும் கஷ்டப்பட்ட நிலையில் இந்திரா சிறிய சிறிய வேலை செய்து பணம் சேர்த்து குடும்பத்தை நடத்தி, வீட்டு வேலையும் செய்து, தன் கனவனையும் பார்த்து கொள்கிறாள். பின்பு அந்த கனவன் தன் தவறை உணர்ந்தான்.

இதே போல் பெண்கள் தன் ஆசைகளை ஆண்களுக்காக அவளுக்குள்ளேயே வைத்துப் பூட்டி கொள்கிறாள். பெண்ணால் செய்ய முடியாதது எதுவும் இல்லை.

"சமையல் முதல் விமானம் ஓட்டும் வேலை வரை பெண்கள் செய்கிறார்கள்"

ஆண் பெண் சமம் என்று அனைவரும் புரிந்துக் கொள்ள வேண்டும்.

பெண்களுக்கான உரிமையை நாம் தர வேண்டும். அவர்களை மதிக்க வேண்டும்.

ஒரு பெண் நினைத்தால் எந்த உயிரத்துக்கும் எல்லைக்கும் போக முடியும்.

அனைவரும் சிங்கப்பெண்கள் தான்!

Title of the Poem:

Sweet Hero

Name: Samrutha B
School: KRM Public School

When I was a baby
You would hold me In your arms
I felt the love and tenderness,
keeping me safe from harm
I would look up into your eyes
and all that I would see was love
How did I get so lucky.
You were the dad choosen for me
there is something special
about your love seems
It was sent to me from Someplace up above
our love is everlasting,
I just wanted you to know
Even if you are No more here with me I know Your soul is
always with me.

A Letter to My Book

Name: A Divya

School: SVM HR SEC School

Oh, my lovely tiny book,
You teach me how to cook!
You open the door of my info world,
With all your magnificient words.
You accompany me from my childhood,
By reading you I develop the spirit of brotherhood.
Sorry, for sometimes getting bored,
Really you are precious than gold!
We call you as book, which has 4 letters,
Those who read you are called as readers.
You have many colourful pictures,
And daily you make me better.
Thank you for being with me all the time,
My dear friend you give me pleasure,
For everyone you are a treasure,
Always you are mine...

Title of the Poem:

Live Your Life as a Butterfly

Name: Jashwantikka

Flatter your wings as fast as you can so
that you could reach heights faster

****

****

Our life is So Short and beautiful as butterflies.
So enjoy every day, every hour, every minute like
a butterfly because these days will never come again
Use every Source that you come across
to enlight yourself as butterflies
does with nectar
So just forget all problems and be happy and fly like a
butterfly
life is very Short, So why not enjoy
yourselves

Title of the Poem:

A Time to Think

Name: G Monisha

School: S V M HSS

A TIME TO THINK

Deserted streets and closed-down shops,
Was all you could see while going for a jog
Nothing to do but take a snooze,
Please don't make me miss my zoom.
Day after day hidden away
Cupboards for my runaway,
Flights starts and Fights end,
My siblings were my only friends.
Gathered together to see the news,
For it was our only other view.
Breaking news or striking news!
When will they show the positive reviews.
Everyone needs to be awake,
And see that they need a break
Slow down and have time to blink,
For now we have a time to think.

Title of the Poem:

Wingy Bird

Name: S V Harshini

School: HMMS

Wings that fly above the skies
It swoops through a million flies
Where children hung their groovy kites
Her beautiful feathers that shone in the light;
Her claws that nestled when its dark at night,
Her wings that were once a beautiful knight
How I wonder under the stars so bright,
Would you be with me until the end of time?
So go, let me go,
You, left me under this snow
When its winter and freezing
You said "I shall never be uneasy?"
For you love is wider than seas.
And now I soar in the skies
I wonder if I'll ever try,
Coming back to your nest n' wings
Instead you flew away.
From my existence you fled
I'm a stranger, indeed.

Title of the Poem:

Friends

Name: R Harini

School: KRM Public School

Standing By,
All the way,
Here to help you through your day.
Holding you up,
When you are weak,
Helping you find what is your seek.
Catching your tears,
When you cry.
Pulling you through When the tide is High,
Just being there,
Through thick and thin,
All just to say, you are my friend

Title of the Poem:

Nature

Name: Devarsh Guru Bharadwaj
School: Hindustan School

I grow plants, trees and veggies
I store oceans, rivers and lake
Sometimes I become so cold that I shiver
Sometime I become so hot that I sweat

When I am sad as rain cry as
When I am bored I blow some wind
When I am angry I storm off
But I usually spring away with happiness

Title of the Poem:

Fox and Mr Zebra

Name: S. Akshya

At a waterhole, in a jungle far away,
A fox met a zebra, one bright Summers day
"Mr. Zebra", Said the fox, "I have a question for you.
I hope that you will try and answer it too.
It's a question that's Puzzled me from the time we first meet.
I haven't been able to think up the answer myself yet.
Do you have a black body, Mr. Zebra, and
are your Stripes white?
Or is your body all white, covered with
stripes as black as night?

Title of the Poem:

My Pretty Little Sister

Name: Sana Shankar

School: SBOA School & Junior College

My sister is a boon, Who Looks like a moon.
She encourages me all the time, So, I love her every time.
She is my friend until the end, Ever stands with me to defend.
Our friendship forever will always be together.
Whenever life gets you down, Remember I'll always be around.
You have come as a miracle, removed each obstacle.
You are the ray of sunshine, just happened to be mine,
blessed by divine.
You are my partner in crime; we get better every time,
We are each other strengths, we nurture till the ends.
Time may part us one day, Promise to meet me every
Sunday.

Title of the Poem:

To the Monster Under My Bed

Name: B Shreya

School: SBOA School & Junior College

As a child with infinite naivety, believing in the age-old
ballads of your horrid existence,
You, the sleep paralysis demon under my bed, crawling
from the abyss,
Instilling morbid fear in my soft mind by altering your stance,
Vehemently taught me responsibility and valour in the
most unfathomable ways.

Back when I was barely conscious and hardly disquieted,
And was told about gazillion times to have my supper,
Your presence made me obedient and acquiescent,
Than any reprimandment my parents were to utter.

Under the light of the waning moon and the starry night,
In the abysmal of blankets, I used to hide,
You taught me the strength and intrepidity to fight,
You read my mind and soon in you, my secrets did confide.

It was now time to bid farewell, my confidant,
Although, I apologise for all my squeaking sprint,
I have come to terms with your downright non-existence,
Because growing old I realise the petrifying fables were
wholly unfounded,
But as a child with infinite naivety, this is an ode to my old
friend, the monster
under my bed.

Title of the Poem:

Be your own B

Name: Jessica Shelomi Samuel
Vidyodaya Matriculation Academy

Due to covid, jobs were lost
But don't give up hope at any cost
This isn't the road towards your loss
Why worry when you can be your own boss!

God has given many talents to you,
Use them for creating something brand new;
Go ahead and start planning something small,
Anxiety is the only thing that's stopping you from having it all.

If you can make something beautiful out of trash
With a click of a button, you can turn it into cash;
If you can make a masterpiece out of a scribble,
There are people willing to pay you double.

Some can turn raw ingredients into something delicious
Be it Chinese, Italian or even indigeneous
If you can make a simple dish seem flattering,
I'm sure you should be the one catering!

If music is your everyday drug
You can compose melodies with just a plug;
Producing music with a twist of your unique beat,
It will get people up on their feet.

The possibilities are endless, these are just a few,
The rest of your future is up to you;
You don't need a boss to make a living,
Go live the life you've always been dreaming!

Title of the Poem:

Beyond the Reef

Name: Mymoonah Ibrahim
X GC, 1724, Unity Public School

Beyond the reef
I ever sought-after,
To find something different
To explore what was there

I have what I need,
All the boats and oars,
So I set sail on one
And journeyed beyond this shore

The lagoon so tranquil
As I'm drifted away by the breeze,
Tremendous waves crashing down under
And a mighty tide hit me

In the deep blue ocean
I am yet on board,
As I have sailed with the tide
Far away from the shore

The ropes are tied
And the wind blew forth,
The tide that hit me
Has taken me beyond the reef.

Title of the Poem:

Homelessness

Name: Ashwin

Grade -8 Navadisha Montessori School

I pity those homeless
Who are forced out to dwell upon?
Rest in unhygienic places
Who sleep on streets and feed on stale
Who knows where they stay
Or at times become a prey
And none knows their base
I see them have no face
Gathered like bees in a hive
Miserable plight always live
On streets that bustle all the time.
With people of low sympathy lime
To those who are homeless
Men pass by show cold shoulders
When they face boulders
None wants any
All talk many
High above the sky roof
Low below the hoof
Share a bit from every pocket pinch
Faster shelters homeless an inch
Little drops make a mighty
Matters that turn them beauty.

Title of the Poem:

Newspaper

Name: M. Farhaan Hussain

(Age – 13) Asan Memorial Senior Secondary School

The morning sun glistens,
The whole world awakes,
And the newspaper arrives!
With a newspaper in hand,
How refreshing the morning tea tastes!
With every turn of a page,
It introduces us to the developing times,
Informs us about crimes,
Gives a peek into the world's ups and downs,
Features the world's joys and sorrows,
Takes us into the amazing world of entertainment and sports,
It gives us a glimpse of the world's tidings.
Reading the newspaper, It's an addiction of every reader,
It adds value to one's persona,
Our bond is inseparable,
Its immense perks are immeasurable!
It's a best friend, Our relationship will never end,
As a new daily get published,
Our knowledge about current affairs gets replenished!

Title of the Poem:

Hypocrisy

Name: Skanda D. Baskar

11 Vidya Mandir, Mylapore

Live in the moment, they say
But plan for the future, they say.
Enjoy yourself, they say
But not now, they say.
They'll always make time for you
Except when there's other things to do.
Study hard, they say
But don't stress, they say.
Eat well and grow strong, they say
But that's enough food, they say.
Do you need any help? they ask
But they have their own task.
It's all right if you come last, they say
But make sure you're fast, they say.
Make your own choices, they say
But do as we say anyway.

Title of the Poem:

Stars Above

Name: Roshni.A

School: (Xii A) Vidyodaya Matriculation Academy, T.Nagar, Chennai

Peculiar things, aren't they?
For romantics, they play fascinating roles.
Collecting unheard dreams from desperate souls,
That lookup for a semblance of hope.
Curious things, aren't they?
Visionary ideas collected in a horde.
A collection of ideas unexplored,
Which sings the souls of hopeful dreamers.
Observant things, aren't they?
Celestials that make silent utopians beam bright.
With the hope that elusive stars do listen at night,
These gas giants are perhaps gentle beings.
Radiant things, aren't they?
A guiding light to estranged spirits,
Fascination with new fortes has no limits,
All laid waste due to degenerate minds.
Strange things, aren't they?
They portray that darkness is vital.
Darkness is not all that depicts evil.
They make stars shine from galaxies afar.

Title of the Poem:

The Truth Untold

Name: Jessica Shelomi Samuel

We run this race called life
Each one of us move in a different pace,
We get so caught up in this world
We never even see each other face to face;

We never get time to catch our breath
We're always in a hurry,
We exhaust our bodies like machines
Yet in the end, it's for the ground to bury;

No matter in which phase of life we're in,
We are always worried, anxious or stressed
We can never escape these emotions,
Our bottled up feelings are being further suppressed;

Our bodies will soon turn to dust
But our souls will never decay,
So please, take it easy
It's okay not to be okay!

We never like to lose or give in
Even though this was never a competition
Whatever we do, we give it our very best,
Hoping we would receive some appreciation;

Life is never a bed of roses
We have our own burdens to bear,
Let's think twice and act wisely
Be like the tortoise and not the hare;

We end up whining and complaining
For either reasons biggest or smallest,
But just stop and take a deep breath
'Cause we are meant to live life to the fullest!

Title of the Story:

Second Birth

Name: Divya G

School: S.V.M.HR.SEC. School

Genre: Science Fiction

Theme: The Tension Between Intellect and Emotion.

Characters: Charlie Gordon, Alice Kinnian,

Algernon, Mr.Donner.

SECOND BIRTH

Charlie Gordon, aged 32, has an intellectual disability and an IQ of 68. He lives in New york city and works as a Janitor in a bakery owned by Mr. Donner, a friend of Charlie's uncle who took Charlie in after he was abandoned by his family in youth. A few nights a week, he attends classes at Beekman, a college centre for adults with intellectual disabilities. His teacher at the center, Alice kinnian, notes that charlie is motivated to learn, and he is chosen for an experimental Procedure designed to vastly Improve his intelligence. Before the Procedure, Charlie is asked to begin recording his Thoughts and feelings in a series of Progress reports (which he initially spells "Progris riport"]. The early Progress reports, which function as the novel's chapters are simple and full of mistakes, but over time, Charlie's writing becomes far more advanced.

The experimental operation is a success. Charlie and a mouse named Algernon, who received the Procedure before him, undergo Psychological tests and training. Charlie, like Algernon, begins to make rapid intellectual gains. However

Charlie finds that his emotional development does not match his intellectual growth. He has difficulty understanding how to interpret and respond to other people's emotions and struggles to control his own. In addition, Charlie's coworkers at the bakery become resentful of his transformation.

Charlie's Progress reports describe how his emotional frustrational build and he also becomes critical of the lab team at Beekman. Long buried memories of Charlie's childhood begin to surface. He recalls how his mother shunned him and the pain it caused. At the conference, charlie becomes angry at being treated like a lab specimen and escapes with Algernon.

For a time, Charlie lives a different life, developing a friendship with neighbor. Charlie becomes weary of partying and is concerned about Algernon, whose behaviour has become erratic. He returns to the Beekman lab and devotes himself to studying intelligence. Algernon losses all of the intellectual gains he had made and dies, devastating Charlie. Charlie realizes that he will meet the same fate as Algernon and eventually lose his intellect.

Charlie begins to regress back to his former self, losing some of his intellectual gains. The style of the Progress reports becomes simpler, as they were at the beginning of the novel. He visits the state-sponsored warren state Home for people with intellectual disabilities, realizing that he will eventually be sent back there.

Looking back, Charlie realizes that becoming more intelligent did not in itself make his life better. Charlie is finally able to experience a full relationship with Alice, though their time together is short-lived. Charlie's decline becomes more rapid, and in a final Progress report, knowing he will soon have to go to the Warren state Home, he describes his plight. He asks for others to place flowers on the grave of Algernon, whom Charlie had buried in his backyard.

TITLE OF THE STORY:

The Tear's of Happiness

Name: Nisanighd Dev
School: KRM Public School

The Tears of Happiness

It's been Months since they had their last Rain. The people doesn't even care about that. They had their own work to do. It was the result day. It was a man who was really nervous and fearful about his result. He enters the room with a shivering hand. He walks towards the staff "Oh Man, you're again. Why can't you just try some other something? I-uh I am not trying to demotivate you but… Nothing just take this" said the staff, sitting on the seat.

"This is your second attempt night"

He took the sheet with disappointment. His face went dull. He was really mood off. He just walked off the place. He then went to his home. He opened his room door still with a sad face. He looks at the book on the table. He ran towards that and threw it away. He was really upset. His dad finally walks into his room. He patted his son at the back.

"So what has happened now? It's just the marks right?" His father lied on the bed with great sigh.

"Can we both sleep together"

"Yes Dad"

He walks towards the lamp and turns it off.

"The Marks uh? Just don't worry about it. I know that son will make me proud one day. But I'm not sure that I'll be alive or dead." The father patted his head.

"I Love you, Dad"

"I Love you, My son"!

He hugged his dad with a great emotion. Now, he can feel that his a bit confident.

The Sun mists and the boy feels like a man. He wakes up and it was 7 in the morning. He walks into his room to wake his dad up. As his dad's office timing was 7.30. "Dad, Dad wake up dad, Oh Come on It's already late." He tried to wake him up but still he didn't wake up. Then, it took him more than a minute to realize that his dad is no more! He couldn't take it. He couldn't just stand with his barefoot. He just can't understand what has just happened. His eyes filled with tears and was remembering about the previous talk with his dad.

"Dad, Just don't leave me alone" cried the boy.

"Dad, I'm going to make it. Please don't leave me dad!"

Then He wipes his tears and walks towards the book he threw last Night. But he found a diary instead. It was kind of an old one. He opened the Diary.

"Feb 12, 1998 was the day when I felt much happier than ever. It was the moment when the nurse kept a little child in my hard-bare hands. I couldn't just open my mouth to speak a word. My eyes were filled with tears of happiness. Yes, he was my boy who would make me proud one day. But I'm not that sure will I be alive or dead."

This was written in the last page of the diary. Reading this his eyes were filled with tears.

Months later the same man walks towards the staff.

"Oh Man, you've did it man! I can't believe it!"

He gets the paper and chuckles a bit. He moves down the stairs. It was first time in months. It finally started to rain. The cries in the rain.

"Dad, I've did what I wanted to do and made you proud today. But I'm really proud of you dad. Now I think I've won something in my life! I've chased my dreams and still I miss you dad. Love you dad"

He writes this in the diary and goes out to enjoy the rain.

TITLE OF THE STORY:

Cattopia Local

Name: Dasha Emma Fernandez

School: ABACUS Montessori School

A NEWSPAPER IS BORN.........

Once there was a land called Cattopia. A land for all sorts of cats, like Flying cats, cats that change colour, Cat girls and boys, and a lot more. This fabulously cattastic land had a local newspaper called CATTOPIA LOCAL. The Newspaper kept everyone in Cattopia informed about current events, the breaking news, etc., and continues to do so. It was a very unusual newspaper that comes to life when someone reads it - It would sound like a "talking newspaper with the voices of the cats spoken about". I do hope you can hear the magical voices too, as you read along.

"Hey have you heard the news" said a voice. "What news?" said another voice. "You know someone stole the Queens pearrrrls!" said the first voice. "No way!" said the second voice. "Uh hu can you believe it Viola, the Cat Cops are so puzzled!" exclaimed the first voice. "OMC (oh my cats) I can't believe it Peter" said Viola.

As you can see, the Queens pearrrls had been stolen. By the way, the Queen, Sugar Winter, rules the land of Cattopia and Maine.

A few weeks later..... "YOU ARE UNDER ARREST" said a Cat Cop called Nate. "But please, we didn't do it, someone blackmailed us." said a kitten called Lia. "What's the difference?." said Nate unkindly.

He shut them in the jail cell and they started to cry. So, what happened was, they found the thieves - 3 kittens that go by the names Lia, Marie and Candy. They claimed they were innocent but had no proof that they were. Don't worry it gets better....

Exactly a week and three days later at 11.00 a.m.

RIIIIINNNNNGGGGG!!!!!!!

Nate went to get the phone. "What????....... really?????....... NOOOOO way.... ugh** grunts.... OK"... click. "What happened?" said the little kitten, Marie. "Well, it seems, you were all telling the truth. You are innocent. They found the thief and instructed me to send you home." "YAY!!!!" shouted the three kittens in unison. Feeling relieved and happy.

As the kittens got into the car, Nate wondered who the real thief could be. The thief's name was Annie Lock. A crucial piece of evidence pointed towards her guilt. They set up a trap and caught her in the act and threw her into prison. Before long another crime was committed...

It started when there was a robbery one night. Diamonds were stolen, specifically, Catteye Zara's diamonds. She said "I saw three figures with a sack. They must have taken it." The Police, searched and searched and finally they found it at Catteye Zara's house! She was trying to claim the insurance money. A few years in jail for her! But the main part of the story is the Catteye Zara crisis that's when Catteye Zara released all the prisoners from jail. They escaped and went to a secret hideout and thanks to her, she started a war in Ukraine and Russia.

"Oh no, not again! Said a Cat Cop Superintendent." "What is it? "said her daughter, Mandy." Miss Fluffykins diamond collar has been stolen" said Amanda, the Superintendent. "Oh. No." said Mandy. BEEEP BEEEEP...... "Wait a sec Mandy, said Amanda." After a few minutes over the phone, Amanda set the phone down. It turned out that someone had been eating cats recently. "Oh no" said Mandy. "I bet its Jackie Prey, the cat eater" said Amanda. "Oh dear" said Mandy, "do you always use Oh! at the start of a sentence?" said Amanda, giggling. "OH of course not" said Mandy laughing heartily.

The next day." Mandy, Mandy did you go to cattalicious yesterday?!" asked Amanda. "No, I didn't, why?" said Mandy. "They have been poisoning the food using the poison catnip5620." Said Amanda. "OMC!" exclaimed Mandy, shivering slightly.

Cattalicious owners were poisoning food. I don't believe it...

"Why have you been using poison in your food Zoe" asked Amanda boldly. "I haven't, I haven't. You have to believe me. Its Catto that's doing this, not me. If you want proof go to Mary Lou. I will give you her address." said Zoe the owner of Cattalicious. "Ok, I will" said Amanda coldly.

So then, Amanda made her way to Mary Lou's house. KNOCK! KNOCK. "Helloooo is anyone home?" said Amanda. Ummm y..y..yes how hooow can I help you?" said Mary Lou. "I believe you have incriminating evidence of poisoning food by Catto Cattalicious?" questioned Amanda, formally. "W.. w..well I..I do" said Mary Lou. "Can I see it now" said Amanda. "Ok, here it is, GOOD BYE" said Mary Lou, hurriedly. "Well, that was fast," said Amanda to herself.

She went to the station and studied the evidence before going home.

"Mandy, I'm home, are you here?" asked Amanda. "Yeah, I am here ma, I'm just finishing my homework".

After that, Amanda went to sleep, but what was awaiting her in the morning was quite an unpleasant surprise……

Yaaawwwwnnn!!! Yawned Amanda.. "MUM, MUM, WAKE UP! THE EMERGENCY PHONE IS RINNGGGGINNNNGGG!" RING. "OK, OK, am getting up" said Amanda. She went to answer the phone. "Ok….mhm…. alright…omc…ok..". She put the phone down with click. "Mandy, someone set a bomb off at the train station!" "Oh No are they okay??" asked Mandy. "Not a lot of them survived, but we are going to find the ones that did"

So, she went down to the train station. What a sight! It looked like someone set the train on fire. There were fire cats putting the fire out and Cat Cop rescuing the injured and surviving cats. An ambulance was on standby. Everyone was rushing about rescuing as many as they could.

"Ok. I have an important decision to make Mandy." Said Amanda. "What is it" asked Mandy. "I am going to choose a Superintendent" said Amanda. "Who is it gonna be?" asked Mandy new excitedly. "Well, I though I would choose YOU!" said Amanda. "Really," said Mandy, "I am so pumped! Thank you so much Mum"

Blah blah blah. then Mandy became the new Superintendent and caught a lot of criminals. Including the elusive ones. A very trustworthy person came in to help her catch Catteye Zara and her top henchcats.

"OMC, is it really her??? exclaimed Amanda. "I can't believe it too, but it really is her!" said Mandy. Who was "Her"??? Well, "her" was the great Cat Girl - one of cats who founded Cattopia and who was famous for helping all creatures across the world.

"I have a plan. We should first take all the valuables and money from the residents of Cattopia and use it as bait. Catteye Zara will see her opportunity and come to steal it and we will be waiting for her." said Cat Girl. "Great idea" said Mandy.

Mandy, Cat Girl and the other Cat Cops got ready to implement their plan. They left the money, valuables etc., on a stage where a magician was performing tricks.

"She will strike now" said Cat Girl. After a few minutes of waiting, they saw something flying in the distance. "Cat Cops, go after her, it must be Catteye Zara". The Cat Cops and Mandy (Amanda disguised as Mandy) went after the figure. At the same time Cat Girl went towards the money and valuables and snatched it. "You fools, you actually thought it was Cat Girl?!, It was ME" said Catteye Zara, gleefully removing her mask. "We knew", said Mandy. "That's why I prepared in advance. I figured out you were not Cat Girl." She removed her Magician's costume and wig much to the shock and surprise of Catteye Zara who was caught red handed committing the crime.

Mandy arrested Catteye Zara and the rest of her gang who used the underground prison tunnels to escape earlier.

Mandy said "Give up Zara…. The game is over! You hurt too many cats". "I am not gonna let this end this way" said Zara trying to fly away. All the Cat Cops surrounded her and her criminal days had come to an end. Peace prevailed for a While in beautiful Cattopia.

SO IT LOOKS LIKE THE END

[MEW MEAW MEW MEW MEAW]

:3

TITLE OF THE STORY:

Back in Time

Name: Ishaan Sawhny

School: ABACUS Montessori School

CHAPTER ONE
THE TIME MACHINE

Once upon a time there was a boy named James-Oh wait, that's me! Once upon a time there was me. Or rather, once upon many times, there was me. Confused? Don't be. You'll catch up soon.

I live in a small town called Tintagel, in Cornwall, in England's West Country. Everyone describes me as lazy and slow. My mother always scolds me soundly because I never do my homework. It's so frustrating!

No one supports me - they all support Susan, my sister. They describe her as hard working, intelligent, artistic and blah, blah, blah! It's a bunch of nonsense. As the younger one, I can decide. I say I am better, and that's that. After all, I saved the world. That's right. Well, I did-sort of - in a manner of speaking. You'll see.

One day as I was walking to school, I bumped into a huge greyish object. No, I'm not stupid enough to bump into huge objects. I bumped into it because it wasn't there. Or rather, I bumped into it because it wasn't there until the precise moment that I bumped into it.

I rubbed my head and looked at it. I didn't have to wonder long because it was very helpfully labelled "Time Machine" in big, golden letters that were impossible to miss. The machine was made out of titanium and was embedded with diamonds, emeralds, rubies and other precious stones. I said it was big, and it was. It was easily as big as my Math teacher. I looked inside and immediately noticed two large buttons: one blue and the other green.

I was the only person who seemed to notice it, though. "Woah, look at that!" I exclaimed, as I ran my hand over the machine.

"Look at what?" my best friend Jake said. "That pile of leaves you're pointing to? And why did you say 'Ouch' just before that? Are you okay?"

I got interrupted by the school bully even as I started to answer. "Yeah, kid. Your friend seems to have an Overheated brain", said Butch.

Jake tried to stick up for me and made a half-hearted reply "Well, at least he has an imagination."

I signaled to Jake to drop it and he walked away from Butch as he entered the school gates. I let them both walk ahead and stayed behind myself, ignoring everyone else who crossed me, and the bell rang for school to start. Overheated brain or not, I had worked out that no one else but me could see the Time Machine.

CHAPTER TWO
IT'S JURASSIC TIME

After everyone had passed by me and entered school, I stepped into the Time Machine and pressed the green button and suddenly, Time went swirling. When it was over, I found myself in a huge, dense forest. I was scared, but I stepped out and whimpered "Is anyone here?". Big mistake, I realized. A huge roar echoed through the trees and a dinosaur charged out. It bit at me and I dodged at the very last minute, falling back towards the machine. My hand hit the blue button (accidently of course) and the Time Machine shrunk to the size of a tennis ball. I grabbed it and stuffed it in my trouser pocket.

I was so relieved that I had the Time Machine safe with me, but I had no time to think, POW! I was struck in my chest by the swaying dinosaur's tail. It was just a flick of its tail, but I went flying through the air and landed in a heap, in a pile of leaves. My hand closed around a metallic object- the hilt of a sword-at the bottom of the pile. I pulled it up and saw that it was Excalibur! King Arthur's legendary sword! I recognized it from the description in the 'Stories of Medieval England' I had read.

I was surprised that I could muster even a little bit of courage, let alone enough to pick up the sword and I charged at the Dino (well, scrambled, more like). I ducked away from his lunging jaws and took a wild slash at him, grazing his upper belly. As I expected, he was not wounded, just angry. He roared and I heard more dinosaurs arriving.

"I don't need this, you monster!", I yelled. "You are pre-historic, you can't be here..." I started to say, until I realized that maybe I was the one who shouldn't be where he was. I had used a Time Machine, after all!

Anyway, my voice caught as more dinosaurs came thump-thumping in, knocking down trees on all four sides to reach me. I realized I was almost surrounded. Just then, the Earth started shaking and the earthquake distracted the Dinosaurs attention away from me for a few seconds.

I saw one tiny gap near the smallest arriving dinosaur and made a dash for it. The approaching dinosaur was too shocked to see me run at him and too slow to stop himself and turn around and I made it past his snapping jaws, jabbing ineffectively at his chest with Excalibur as I went past.

I ran through the trees and emerged into a clearing that looked as well kept as a paddock, but of course there were no horses. I stopped to catch my breath and looked around. At the far end, I saw some beautiful structures. I caught my breath and then ran towards them.

I realized that I was in a graveyard, because I found myself looking at five beautiful, finely polished, green coloured marble tombs. There was also some writing on them, and to my amazement, it was in English and I could read it! The signage said "Here lies King Ally of the Allosauruses, 200th of his line. Here also lies his faithful Knights of the Jurassic-Pally, Sally, Hallie and his Chancellor of the Exchequer, Tally!"

I guessed that the biggest and the most beautiful tomb, in the middle, belonged to King Ally. And that the tomb with the numbers as decorations belonged to Tally.

* * *

CHAPTER THREE
NOT MORE!

"**Z**ombies!" I yelled, in a high-pitched tone. "It cannot be! How bad can my day get?" I wondered aloud, as King Ally of the Allosauruses, came thumping out of his gravesite.

"Much, much worse for you, oh friend of Arthur the Thief" said King Ally as I turned to run for my life. "Oh, and I'm no zombie. Can't a king build a tomb for himself before he is dead?"

I almost stopped in amazement as I heard him speak English but when 1 turned my head, I noticed that four more Allosauruses, presumably Pally, Sally, Hallie and Tally had joined him and were roaring towards me.

Ally was huge! He was bigger and taller than my school bus! His jaws were wide enough to swallow me whole and each of his teeth seemed half as large and as sharp as Excalibur! Like the other dinosaurs there, he was a dull greyish-green in colour, much like the crocodiles I was familiar with from the zoo. But Ally wore a magnificent crown on his head, made from gold and studded with precious stones.

"So, what do we have here?" Ally's voice rang out like two stones grinding together.

"I- I -I'm sorry", my squeaky voice answered, "I am just a tourist. I didn't mean to be here. This is all just a misunderstanding."

"Nah, we don't believe you", said Pally.

"The thieving king said the same thing before he set in motion our doom", added Sally, as another short earthquake began.

"And you carry his sword" concluded Hallie, as she moved towards me with menace.

"Wait, what sword?", I asked, momentarily forgetting, "Which King?"

"King Arthur, of course, you little liar. He escaped from here just a few moments ago. Don't play innocent with us, we know we can't count on you to be truthful", Tally yelled.

"You mean King Arthur of Camelot came here too? He had a Time Machine? He lost his sword here?", I blurted out in shock. I was trying to make sense out of this - Arthur, Time Machine, Excalibur, Dinosaurs that spoke perfect English, who could read, write, build things way back in the Jurrasic! How?

"You ask too many questions for a spy" King Ally said, cutting my thoughts short, and then yelled "Get Him!"

"Wait a second!", I said quickly, as I saw more dinosaurs approaching. "Before we begin. I'd like to know just how many of you are going to be chasing me?"

"Oh, only all eleven thousand five hundred and thirty one subjects in the Kingdom of Carnivores including all Knights of the Jurrasic", he said. "But I'll give you a small head start to make this a little fairer."

"Wait! One last question", I said as I slowly backed away.

"What is it punk?" King Ally snarled.

"Are you also going to chase me or not, fatty?" I asked and then turned and ran.

I just about noticed Ally's colour changing from grey-green to an angry orange-red and realized that Dinosaurs probably had the same camouflage capabilities of chameleons. There was so much I could discover if I stayed around to find out but that was obviously not an option. I ran for my life as I heard King Ally yell "Charge!"

CHAPTER FOUR
ALREADY?

As was running, began to pull out the Time Machine to get myself back home, when a pair of pink shovel-like paws emerged from the ground and tripped me up and then guided me into a hole that opened into a larger underground burrow.

A few moments later, I felt what seemed like another earthquake as the ground trembled and shook. It was the herd of Dinosaurs chasing me who were thundering by. They hadn't seen me enter the burrow and I was safe for the time being.

"I saved him. Did you see that? I saved his life!" boasted the strangest, weirdest mole I ever saw, to his friends and family who were bunkered together. I didn't know it then, but when I reached home that evening I Googled and found out that these were Docofossor Brachydactylus, the very first mammals that ever lived. "Hi, my name is Doc" said my saviour. "Doc Docofossor. At your service, if you please. Any enemy of King Ally is a friend of ours".

Doc turned to the others and said "I saw it all. He stood up to King Ally and taunted him. And he had the entire tribe of carnivores chasing after him."

"Another one of these? This one is a lot smaller than the one King Ally calls 'Arthur the Thief' and 'Arthur Traitor', said a youngster, presumably Doc's son.

"Give him a break. He's tired and must be hungry. Would you like something to eat? We can offer you all sorts of insects. Take your pick!" Doc's wife said, presenting me with a tray heaped with the grossest looking and hugest insects and worms I had ever seen or imagined in my life. I felt like throwing up, but, gagging it back, I scrambled out of the burrow and set my Time Machine on the ground. I quickly pressed the blue button, which made the machine full-sized again, then the green button and time went swirling again!

When it stopped, I found myself back in my own time, at exactly the same time I had left. I was late to school of course. The school bell signaling the start of classes just finished ringing as I stepped out of the Time Machine and shrank it and put it back in my pocket again.

"I prefer eating insects to this!", I grumbled once I entered class and my teacher make me stand in the corner for being late. "It's detention after school for you, James" said my English teacher, sternly.

But do you know how I got off early from detention? Of course you do. You guessed it. I wrote about the wild Jurassic adventure I just had, using all the spare moments I could muster through the day. I finished it early in my detention and showed it to my teacher. "What an amazing story, James! Excellent imagination!" he exclaimed. "You can go home now. Detention is over for you!"

As I went home, I just could not stop thinking about Excalibur in my hands. I had stuffed it in my locker before anyone could see it, and now hidden it in my clothes. I was walking funnily because the sword was stuffed down the right leg of my trousers, and it carried on up all the way till under my armpit. My shirt was tucked into my pants so the sword was hidden. I was walking as if one side of my body was paralyzed and it's a good thing all the other children had already gone home and so no one saw me.

I crept into my house through the side door then stole silently up the stairs to my bedroom and hid the sword and Time Machine in my cupboard and then went to join my family in the living room. I asked for an early dinner, saying that I was tired (which was). I then went up to my room to check on my new treasures, before diving into my bed with a huge yawn and pulling up the covers.

Slept almost immediately and slept very soundly without dreaming any dreams, and although the night felt short, I was refreshed when I woke up.

I woke up in a great mood partly because it was Saturday, the start of the weekend, and partly because I felt that it was time for another adventure. I hopped out of bed, brushed my teeth and changed my clothes. Then, I walked down the steps to greet my family.

✳ ✳ ✳

CHAPTER FIVE
HOORAY IS NOT SO HOORAY

I ate my breakfast quickly and then sped back up the stairs. I then picked up my I-pad and Googled about the Jurassic and also did a bit of research on King Arthur. His castle was right here, in my hometown of Tintagel, and read that King Arthur's kingdom was called Camelot and existed around the year 500 AD. Nothing particularly new or helpful in helping me unravel the mystery of the English-speaking Dinosaurs or the Jurassic presence of Excalibur and even King Arthur!

I picked up all the mess in my room and tidied it away. Then, I moved my bed and all the furniture to one corner of my room and made the Time Machine full size. It barely fit in the clearing I had created, but it was enough. I looked at it very closely for the first time and I noticed that there was a time setting dial and a place setting dial. I punched in 500 AD into the time dial but I found that the place dial was already set to where I lived - Tintagel - which was also Camelot! So, I was in the same place even when I was in Jurassic time!

So my Googling was helpful after all! Thank you Wikipedia! I made up my mind to go to visit King Arthur and seek answers to all the questions I had after my visit to the Jurassic. I collected Excalibur, entered the Time Machine and pressed the green button. Time swirled as usual but now I was used to it and didn't feel queasy anymore.

Hooray! I landed just a little way away from King Arthur's palace gates: my own home was very close to Tintagel Castle, so I guess I landed exactly where my house currently stands. I walked up to the castle, crossed the drawbridge over the moat and knocked at the huge wooden gate. My knocking was quickly responded to by angry palace guards, who seized me and took me straight to the throne room.

When I entered the throne room, I saw that all was in confusion as people seemed to be turning the place upside down looking for something. Then, someone exclaimed something and all eyes turned to me. King Arthur yelled in a language I did not understand, but I expect he said something like "Get him, throw him in jail", because the very next moment, the guards took away all my belongings, including Excalibur (which

King Arthur grabbed right away) and the Time Machine, and I was marched down to the dungeons and thrown into prison.

At night, an old man with a long white beard, who wore flowing robes and a pointy hat came to meet me. I am sure this must have been Merlin the magician, who I had read about. He communicated with me in sign language and I gathered that he was asking me how I got hold of Excalibur. He also seemed to be asking me if I was a wizard. He couldn't understand my explanation about the dinosaurs, perhaps because there was no way to act out an Allosaurus-chase to someone who does not know what a dinosaur is, and he probably just thought I was playing the fool. Also, he did not seem to believe me when I signalled that I was not a wizard like him. He left angrily and drew a line across his throat, which made me sure that I would be executed very soon. Gulp!

* * *

CHAPTER SIX
NOT DEAD

In the morning, however, everything changed! King Arthur himself came right up to my cell, opened the door and spoke to me in perfect English!

"I am sorry," he said, "I now realize that you did not steal Excalibur at all but that you were just trying to bring it back to me. I arrested you because only minutes before you entered the throne room, Excalibur had vanished from my side in front of all of our eyes, and when you came in carrying it, we thought you were a powerful sorcerer and a thief!", he explained. "But now know that it was because of your Time Machine. think perhaps the same object can't exist twice in the same place and time and so mine disappeared when you arrived."

"Last night, was fiddling with the orb took from you and it suddenly became very big. went inside it and pressed a few things. now know that must have pressed the reset button on the time dial, which set the dial back to Jurassic time. I turned the dial a little more to the left and so moved it accidently to a few months before your Jurrasic visit. I pressed the green button after that while fiddling around, and found myself in the time of Dinosaurs. I spun so much the first time I time travelled that I got sick and threw up. I'm sorry. I promise I cleaned it up."

"The Dinosaurs were very friendly when they saw me. King Ally personally looked after. The Knights of the Jurassic taught me English, which I will now teach to my subjects. I lived there for many months. I even went on a few quests with them, just like I do with my own Knights of the Round Table", he said.

"I told them about my current quest-the quest for the Holy Grail on which my bravest Knights have gone. The Allosauruses told me to stop looking for the Holy Grail. They said it was first found by the civilization of super beings that came before them, who were wiped out by meteor strikes and earthquakes. Tally believed that the Holy Grail was big trouble and should be left alone. Tally said that they learned that lesson the hard way, when they dug it up before quickly burying it again. I have no idea what he meant or why he buried it, and he refused to explain it. But I decided that instead of having Sir Galahad hunt around Europe for the Holy Grail, if I could just find it myself and bring it back from the Jurassic, I would be a hero forever!" he continued.

"So I cunningly got little bits of information from each of the Jurassic Knights separately. None of them realized what I was doing. Soon, I was able to piece together the mystery. Not only did they have the Holy Grail, but they had buried it close by. It was in the ground beneath the middle of a lake. One night, I sneaked out of King Ally's palace, dived down into the waters, dug out the Holy Grail and now-here it is!" he said proudly, showing off the Golden Chalice to me.

I felt a low rumble. There was a tremble in the ground below the dungeon. And suddenly, all became clear, as the earthquake started getting stronger. "King Arthur! The Dinosaurs were right! This is trouble! The Dinosaurs too were wiped out by meteors and earthquakes. And here's an Earthquake now. It's not a coincidence! The Holy Grail should not be disturbed. We need to bury it again, Quick!" I yelled.

"All right," velled a panicked King Arthur. He caught on quickly. broke into a sprint and he began to follow me. But so did his guards.

"Stop your guards from following us," shouted. "You can't let them see what we're going to do!"

Arthur gave the orders and we had a clear passage as we ran through the dungeon and out of the palace and down to the stables. Arthur jumped onto a horse and swung me up to sit beside him. "Go to where the Lady of the Lake showed you Excalibur", I hollered, so that he could hear me clearly, and he dug his heels into the sides of his horse, Llamrei, and off we galloped.

* * *

CHAPTER SEVEN
GET RID OF ITI

We rode hard and fast out of Tintagel, soon reaching the banks of the River Camel. We galloped across the bridge at Camelford and sped away towards Bodmin Moor. In the moor was Dozmary Pool, where the Lady of the Lake dwelt.

Llamrei was indeed a magnificent mare, and it took us only a little more than an hour to cover the 15 mile journey, till at last we were standing by the lake.

Llamrei was very tired and scared, because the tremors had increased and become stranger. She stumbled away from us as we got off her and bent to the lake to drink some water.

The Lady was waiting for us, as if she knew we would come. King Arthur called out to her in his loud, booming voice. "Lady, could you take this Holy Grail from us and bury it deep in the lake, beneath the water and under the bed of your magical pool?"

The Lady didn't say a word. She just stretched her hands in a wide open gesture, showing that she was ready to receive it. King Arthur took a few steps back, then ran and threw it with all his might into the middle of the lake. It was only then that I noticed that she had been standing on top of the water!

As soon as the Lady received the Grail, she began to sink, gracefully into the depths of the Lake, until she was lost to our sight.

I am sure that she buried it soon after, because all of a sudden, the ground stopped shaking, the storm clouds parted and the sky brightened up.

"Whew! Just in time", I told King Arthur.

Arthur looked at me and said "Your Time Machine is a dangerous thing. It almost caused our extinction. You must get rid of it", he said, as he pulled it out from under his cloak.

"But, King Arthur, I'm not done yet. There's so much more to learn. You were looking for the Holy Grail because Jesus Christ had it. He had it during the Last Supper and it was buried with him soon after. How did it reach him?

Also, how did I get the Time Machine in the first place? Why is it that most people cannot see the Time Machine at all?"

"Sometimes," said King Arthur, "it is wiser to remain satisfied with what you have. Remember what curiosity did to the cat? You already know more than anyone else. Leave it at that. Some mysteries need not be solved."

Well, I really wanted another adventure. But I did not want to cause the extinction of all humans. So I promised King Arthur that I would return home immediately and never use the Time Machine again after that.

"You chose wisely," said King Arthur, "and I will trust you. If you had chosen otherwise, I would have had to kill you, and I do not enjoy killing children".

I gulped, said a quick goodbye, took the Time Machine from King Arthur and quickly set it up to return home. I waved farewell and pressed the green button.

CHAPTER EIGHT
HOME SWEET HOME

In a flash, was back home. It was still Saturday morning, exactly the time at which had left to meet King Arthur. shrank the Time Machine and quickly put back the furniture in my room to where it actually belonged. Not only was back in time after having gone back in time, but I was back and done just in time! My mother came up to see what all the scraping sounds were about and told her that was just cleaning up and she was so happy that she gave me some candy!

It was then that an idea struck me. "Mama," said. "If finish my homework now, can we go for a picnic to the moor?"

"Yes, son" she agreed. "You deserve it for all the work you've done this morning."

Little did she know just how much work I had done since breakfast! I had saved the world! I had also almost destroyed it, so maybe it was better not to say anything. I usually get grounded for being too careless or breaking things.

Later that afternoon, while we sat by Dozmary Lake, I got up and walked away from my parents. I stood by the bank of the lake and started skipping stones.

When I was sure my parents had stopped looking, I slipped the Time Machine out of my pocket and I tried hard to remember King Arthur's words. I whispered "Lady, could you take this Time Machine from me and bury it deep in the lake, beneath the water and under the bed of your magical pool?"

I heard no answer. Nor did I see the Lady. But I took a few steps back, took a nice run up and threw it with all my might towards the center of the Lake. As it touched the water, I thought I saw a small hand gently catching it and then sinking slowly below the surface.

That's the last I saw of the Time Machine. Seeing that the world has not yet ended and as we are all still alive, I guess I did alright in the end.

THE END

Orien Gray

Name: Remington

School: Hindustan International School

ORIEN GRAY

Water, my throat felt good, I had never craved for it so much.

Yesterday was very tiring...eventually my Master came, patted me and gave me a bone for my good work.

I heard creaking. I ran to the gate leaping with joy. The one person I loved more than my master. Dottie, a 11 year old girl, my master too enjoyed her company. We had all ways loved each other. Me being a dog: Dottie being human. Ever since that cold winter day, the day she saved me. 1995 December 24,09:30 AM, my mom passed away after I the last pup was born. We needed milk and no one took us in, except for Dottie. She took us in, begged her father to let us stay. He agreed. Over the years she and us grew. Eventually we began to understand her and others feeling. Her father said we had to protect her no matter what. And we did, no bully would ever think they could beat 12 deadly canines.

When her father joined the police force so did we. Three of us stayed with Dottie and the rest joined the force.

Dottie and I went for a long walk, and then I went to the jeep with my master and we were off. We arrived some time later unloaded entered the police station. I went met my brother and sister. We were all "when do we go?" I asked just then the alarm rang "there's your answer" they said.

Beautiful Bonds

Name: Harini M

BEAUTIFUL BONDS

We had a really special bond, me and my brother. We had teeny tiny fights but without them life was like a pizza without cheese. He used to annoy the hell out of me but at the end of the day, we were always back together.

In the mornings, he used to wake me up. But he used to have his "ingenious" ways as he likes to call them. After breakfast he goes to his room to get ready and does not come back until I shout at him. After what seems like hours, taking more time to dress up than a bride, he would come down all cheerful making me even more grumpy. But I had my ways of revenge.

On the ride to school, we both would sing our lungs out. Many people used to stare at us, mostly because we sounded like a bunch of dying hyenas but that never stopped us.

On reaching our destination, I would get my sweet revenge. I would jump out of the car and quickly ruffle his hair, give him a sloppy kiss on the check and shout "Bye panda bear" in my most shrilling voice making sure to attract people. He never really liked it when I did that, he always said, "You are ruining my bad boy reputation."

He was extremely protective and clingy, never leaving me, his lil sister out of his sight. Me, being a teen found it extremely irritating having someone always breathing down my neck. But I loved him very much. I never really told him but he knew.

I even hid his admission letter from college so that he wouldn't go away from me. But my parents eventually found out and yes, I was grounded for it.

Though we were in different places we found time for each other. We had a small tradition of getting ice creams on the weekends, we used to face time each other and talk about our life. I also loved to go to his football matches. He was excellent at what he does.

One game, my parents came along with me. My brother was magnificent on the field that day, as usual. He was leading the team to a huge win.

But just nine minutes before the clock, we saw a bulky player from the opposing team bulldoze towards him. My brother fell hard on the ground. And we all waited for him to stand up, stronger, determined to smash the opposition. But he never did. Paramedics came and he was taken to the hospital. We rushed in our own car just to find out that the fall had damaged his Reticular Activating System and my darling brother was in a coma.

Now it has been nearly 20 years since he had gone to coma after the accident. Even as a mother of two children, I miss those days. I just want to rewind my life and relive those days again. I still go to the hospital once a week and talk to him about my life. He always used to say, "The guy, you will be marrying has many tests to pass through". I wonder how he will react if he found out that I am now married with two children. I want him to wake up, scream at me for selling his car or for selling our family house. I want him to irritate me. I want him to breath down my neck. I want my overprotective big brother.

I just want him to wake up and fill this big brother sized hole in my heart.

TITLE OF THE STORY:

Beginning Again

Name: Aravintha Shiva

School: Hindustan International School

BEGINNING AGAIN

"She is waking…"

"I notice, sir."

"You go, I'll follow soon."

The assistant left. A young girl, about twenty, was lying on a bed and hearing these as she gained consciousness. She felt weak but forced her eyes to open and with a low voice asked, "Where am I?" The person standing near was an old man, past seventy. "Miss Jane!", he said with a hurried tone, "There is a lot to explain. We are in a high-tech laboratory. The lab is under attack and we have to go!"

Jane was confused. She sat upright and looked around. The room was large with white walls and wooden floor. There were two robots standing on the doorway, as if guarding The entire room had a futuristic look. Jane looked above and found that the ceiling was transparent. Through it, she could see a huge jet floating in the air. She was extremely surprised that she could not form words to say.

The old man noticed it and with a smile said, "Welcome to the Fictional World."

The laboratory was being evacuated. Jane, dragging her weak legs, followed the old man. She asked every question that came to her mind and he answered while hurrying through the crowd. Jane came to know that she had an accident and was rescued by fictional characters. Although she tried hard not to believe this, the situation didn't let her. As they were progressing forward, they heard a loud bang and the entire building shook After a pause, the firing began and panic spread.

Jane and the old man managed to reach the rescue plane and by then, she noticed that the laboratory, along with a runway, was actually flying. The huge jet, which she saw before, was firing at the lab. She stood there, unable to believe what she was witnessing while the old man shouted, "Get in the Plane!" Before she reacted, the lab blasted, killing everyone inside. Jane was blown out of the flying building. Her heart skipped a beat as she fell from the sky, through the clouds, to the ground.

"Mam, Can you hear me?"

"The patient's eardrums are perfectly fine"

"Call Mr. William immediately" A pause. Then, footsteps wereheard.

"We don't have time, Tom."

"Sir, the patient." "She is waking...

"I notice, sir."

"You go, I'll follow soon"
The assistant left. Jane opened her eyes. She could feel pain all over her body. She said, "What Where am I." A person

replied. She immediately identified the voice. She looked aside to find the old man. He said, "Miss Jane, there is a lot to explain."

"What…"

The old man continued. "We are in a high-tech laboratory. The lab is under attack"

"WAIT!" Jane sat upright.

"We have to go", the old man urged.

"What do you mean we are in the laboratory?" Jane looked around. "WHAT, THIS…" she looked above to find the same huge enemy jet. She saw the old man with a terrified look. He replied with an evil smile, "Welcome to the Fictional World."

TITLE OF THE STORY:

Practice Makes Success

Name: Tamilazhaghi

School: KRM Public School

PRACTICE MAKES SUCCESS

Kayal pattam was a big and beautiful village. Kanmani an intelligent girl lived there. She was studying in IV standard. One fine day in her school they announced the drawing competition kanmani gave her name with great joy but she did not know how to draw?. She returned from school and started to draw. Again and again she tried but she was not able to draw. She got upset and frustrated. Finally she decided to give up the drawing competition. Meanwhile her father watched everything but he did not asked anything to her and understood the suituation.

Next morning her father asked Kanmani to came with him. But Kanmani got confusion, where they want to go. Her father lead her to the stadium. There was so many athletes practiced for running. There was the big surprise.

All atheletes were physically challenged one athelete did not have two legs. But with her artificial legs, she tried to run and participated the competition. Kanmani watched everything and realised a big lesson.

Along with their disability they faced the challenged life with full of efforts and pains, they tried to achit. But

What I did...?. She thought, I can, do anything with great efforts.... She thanked her father and decided, wat what to do for her drawing competition.

The new day begins for Kanmani.

Moral: Great efforts, More Practice will lead us to Great 'success'

Travel Article

Name: Sairam Murugan
School: Hindustan International School

TRAVEL ARTICLE

And there I was, standing at the summit looking at the exalted range of mountains which lacerated through the sky. The sun greeted me and amber filled the sky. The sound of birds rejoicing anew day felt as calm as a glass. The moist air sedimented gave a bland taste The clouds carpeted under my feet like I was in heaven. I smelled an overcast heading our way, to wreak havoc among the people and the fragrance of the sweet pine sap and the skyscraper like eucalyptus trees made me flutter like a humming bird.

The journey was very fatiguing. The masses of hair pin bend made me drop like flies and my body ached but yet I had to swallow the pain and as people say! nature has never disappointed anyone. The drop-dead gorgeous landscape Moved as we drove through the mountain which was actually the best part of the journey. The cold weather and 1880's technology made me wonder how people live here, but a native won't turn a hand to this. He rebutted and negated my idea starting that living in this Wizard of Oz set wasn't such a bad idea after all. He answered this. with a sick and tired kind of expression.

And the final day came I was resting on the porch when out of the blue, my mom who had just come out said that we are leaving. I was devasted. The experience here was superior. The piquant assortment of the spices and the fragrance of the freshly brewed coffee were some of the highlights of this trip The 1'o clock four-wheel drive with all the animals and the setting made me go to cloud nine. As I came back home, I thought about all this Overall, I should say this place and the trip was a blast. With a heavy heart and my mind full of memories. I walked away from Kanthaloor to pursue on my life.

TITLE OF THE STORY:

I Just Want a Friend

Name: S Anna

School: Montfort School

I JUST WANT A FRIEND

The room shone as though it were the night sky, booming voices drifted through the air. A petite girl stood at the back of a bustling toy store. Her name was Annabel. Annabel had long flowing blonde hair. Her eyes looked like deep pools of glacial blue and woke wore a pastel pink sundress. Her porcelain skin looked so delicate, almost like if you touched it, she would shatter into a million pieces. She watched as the children ran around asking for different toys. The parents were trying to calm the excited children. It was rather amusing sight, and Annabel could not help the small smile that made its way onto her lips.

She longed for someone who would look her way just as the thought crossed her mind, a young girl who looked to be about six years old walked up to Annabel. The girl had fiery red hair and vibrant emerald green eyes. Annabel observed her as she skimmed over the shelf of dolls. After a while, the girl squealed whilst gazing a sun-kissed doll with caramel brown hair and mint green eyes in a fancy queen ball gown. The girl ran to get her mother and dragged her to where the doll was. It was obvious as to why the girl chose the doll, for indeed it was very beautiful. Annabel watched as the doll was taken to the bill counter, placed into a lavish box and passed on to the vibrant haired girl.

Most of the toys were given the same treatment as they were sent on their way to new home, to a loving family.

Annabel, having spent very little time with a real family, never knew what it was like to play around without caring about anything in the world. The toy shop was the homiest place on earth for her. She felt as though she belonged there, but still she felt alone and wanted a real family. Someone who would love her with all their heart. A family who would accept her you who she was, flaws and all.

But that day may never come for Annabel because no one noticed her. No one looked her way or gave her love.

At the back of a bustling toy store stood a small china doll with long flowing blonde hair and eyes of the deepest pools of glacial blue. Her name was Annabel, the doll. She stood alone on her shelf, waiting you someone to buy there. The last thing she thought of was "I just want a friend."

THE END

Deep Inside the Woods

Name: Amogha

School: Hindustan International School

It's been a day since I packed my bag and said goodbye to my sick mother who was hot as a burning charcoal. Now I am lost, deep inside the woods! All I have is a vintage map with tears and wears at the edge, 5 packed canned food which sustains for two whole days, a rope, pocket knife and a small bag to carry the Denny leaf for mother. I can locate myself my hardly on the map! All I can see around me are dense bushes and trees. I fought with many insects on my way. Being a 11 year old I need to be at good my throwing skills to get my snack meal from trees. Rays slowly Disappearing from tree gaps. So far I have come across few monkey, Kolas and a lion. [It took me five hours to come past it]

It's dark and I don't have a lamp to see my path. But I continued my journey. Suddenly I stamped on something Squishy, Something really squishy... Before I knew what it was I felt two fangs inserting inte my calf muscle. I immediately tore a part of my cloth and tied tight above my injury, Therefore poison cannot spread. I sat for a minute or two and countinued my journey to find the Denny leaf.

A few minutes later I found a lake glimmering in the moonlight. I am planning to stay here for the night. So, I took a canned food out of my bag and started eating it as fast could. I ended up blacking out the next moment I was done eating.

I felt light in the eyes and heat and moisture at the same time. I slowly widened my eyes! Yes! It is day time. I saw my wound and all I could figure out was two little holes with a slight blue shades of mark near it. Yes again! The poision was not spread.

Now I looked forward at the clear, shinning lake a head. I need to cross it to reach my destination. Before I Could jump I felt someone push me but I didn't care. When I was Sinking under the water I slowly opened my eye!

"wake up Diana, look at the time!"

Yes, It was all just a dream of 18 hours.

TITLE OF THE PAPER:

Don't Give Up

Name: S Sana Shri
School: KRM Public School

DON'T GIVE UP

A long time ago, there was lived a boy named Sakthivel in a village in Tirunelveli. He was very happy with his family. But his happiness was lost because of severe drought. They desperately waited for rains but no luck. All the crops, land, even tree dried up. The cattle started dying. Even the stream was started to dry slowly.

One night, during a meet with the villagers, Sakthivel said " Friends we all have heard tales from our grandparents about the underground flowing river through our Village. "Why don't we dig and see?"

The Villagers agreed and started digging. They dug for some days but gave up soon. However Sakthivel Kept on digging.

When people told him to give up he said "GOD is helping and guiding my way". One day deep when he dug enough, Sakthivel saw water. His attitude of not giving up saved the whole village. Never give up so easily. Now they are never short of water.

The real hero of this story Sakthivel is my grandfather. I am very much proud of him.

Thank you.

TITLE OF THE STORY:

My Mother the Contest and All Things That Matters

Name: Neharika

School: Montfort School

MY MOTHER THE CONTEST AND ALL THINGS THAT MATTERS

"1, 2, 3, 4" 1, 2, 3, 4". I heard someone counting on top of their voice and got up with a jerk. It was my mother exercising to the count of a fitness teacher Screaming in full volume on some random TV channel. My Mother was sweating from head to toe. She sank on the couch wiping her face. "Whats all this amma?" I asked. To which my mother replied, "Best parent 2022, remember?"

And the next few days were full of more such drama. I did'nt know whether to pity her or be angry. She became more vegetarian than all the cows in my area put together. I had never seen her being so hard an herself. Her dieting, gym workouts, aerobics on tv…. all seemed too much for her. I have heard stories of torture in hell for sins you do in life. I wondered whether the contest was a title or a huge sin. My mother somehow seemed determined.

She forget to counts laundry but rememberd her calorie count. Her rotis looked poor without oil. They are rich with fibre she said. She seemed angry with us far no reason but happy with her coach and trainer. She smiled less, spoke less, and ate even lesser. Finally the big day arrived. Our school was full of parents dressed in their best the school had arranged for a quiz competition followed by an essay writing competition for the shortlisted Parents.

I saw my mother move ahead in both. In that final round there were five parents on stage who are asked the same question "what does being a mother mean to you?". It was my mother's answer that stole the show. She shed a tear, smiled at me and said "Being a mother is an never ending journey of emotions that is made stronger and at the same time weaker by love. It is up to huge sacrifice yet also a beautiful blessing to be a mother". There stood my mother on the stage with the crown and smiling with tears of joy. She did look Bulky ("please don't tell her this") but to me she was the beautiful of all.

Joshua and Immanuel: The Case of the Mysterious Thief Reveal

Name: Joshua Johnson
School: Montfort School

JOSHUA AND IMMANUEL: THE CASE OF THE MYSTERIOUS THIEF REVEAL

It was a crisp autumn day and I, the famous detective Joshua, was relaxing in my office with my cousin Immanuel in the J&I Detective Agency in London. I was waiting for the copy of the newspaper. Then, just in that exact moment a copy of the newspaper came in through the mail slot. I picked it up and then I jumped up in pure horror.

Immanuel saw me jump and asked, "What's the matter? Did you swallow a bunch of frogs?" I answered, "Look, the crown jewels have been put on display tonight in the museum. Not the really modern latest one, but the old ancient creaky one. The one that you ran out of last time we were there visiting. You know how much trouble this is going to be for the Queen? It's like leaving jam out for flies. Every thief in town is going to want to steal them tonight".

Immanuel exclaimed, "I think I should bounce my super bouncy ball to see how high I can get it." "NO IMMA-", I yelled, cut off by watching the chandelier fall from the ceiling and shattered into a million pieces on the floor because the bouncy ball hit it. I watched in pure horror as the ball crashed into a painting that was on the wall by my desk. The painting fell from the wall onto the floor with a crash. The ball hit the inkbottle that was on my desk as well as the flower vase. They both hit the ground with a smash. The ball shattered a window in the office by my desk and hit the door, which broke with a crash. Suddenly, the ball hit the dynamite that was on the shelf that was in the corner of the room.

The dynamite went off and we jumped out of the window beside where we were standing. We were fortunately wearing a parachute under our vests. We landed on the sidewalk next to the building as the supporting beams melted and the building collapsed.

I yelled to Immanuel, "Look what your bouncy ball has done!" Immanuel said, "oops!!" For a moment, we forgot about the collapsed building and we went to look at the gems in the museum. When we got to the museum, I pushed open the front doors and we entered the museum. Suddenly, a spider fell on Immanuel's head and he ran out of the museum screaming. I glanced into the cold, dark room that held the crown jewels. In the shadows, I saw the tiniest shuffle. Then I heard a sound like Mmph. So, I ran outside to where Immanuel was and I saw him gagged and tied up to the street light.

Once I untied Immanuel, we saw all the guards stampeded out of the museum. The last guard was running out. We saw a mysterious black hand yank the guard back into the museum. There was a sound like a key turning coming from the museum. I whispered to Immanuel," I think we should hide in the bushes behind us until the coast is clear." I saw the last guard run away from the museum. I ran to him and asked him questions.

I asked the guard, "Why were you running outside the museum?" The petrified guard answered," Ww-e sa-saw a s spider, a-a g-giant one! One of the guards was poisoned by a dart, that came from the air vent. The thief was threatening me to open the case that held the crown jewels." Suddenly, a dart appeared out of nowhere and hit the guard in the leg. The guard fell down and I realized the guard was poisoned. I picked up the dart and said, "It would be a good idea if I analysed the dart. Who knows what's in there."

Back at the secret lab, I added a drop of water to the substance on the dart. It hissed for a moment and then it was silent. I told Immanuel, "Negative for formula 23." I added a drop of acid to the mystery formula. It caused smoke and then it was still. I poured the substance on a plant and the plant caught on fire. I said to Immanuel, "We are on the track of formula 79 so we have to pour it on our lab rat."

When we poured the solution on the lab rat, it stopped moving and its heart rate slowed dramatically. "Odd, this is negative for formula 79." Suddenly, I knew it was formula 99 which we didn't even know what it was made out of. I suddenly looked at the place where the formula 99 sample we had collected a long time ago. It was gone. I said, "The robber must have got his supply of formula 99 from us."

We ran to the museum. When we got there we saw the thief carrying the bag of jewels. He had a fancy moustache and he was wearing a black suit and a black bow tie.

Suddenly, I recognized who the thief was. He was the French millionaire.

We ran after him and he threw a smoke bomb at us. We dodged the smoke bomb and the thief threw a bag of spiders at Immanuel. Immanuel ran away screaming. I thought I am the only one left in this chase. The thief sprayed poisonous gas everywhere. I hid behind a washing machine behind the dumpster. The gas passed me.

When the gas had passed, I saw Immanuel chasing after the thief. He was on the thief's tail. I thought that was the best cover for catching the thief and I ran through the back alley. Once I realized I was in front of the thief, I rounded the corner of the building and I did the same thing again. The thief was running right towards me. I fixed a trip line and stepped aside. The thief couldn't stop himself and tripped on the line and fell down face first right on his nose. I quickly cut the trip line and Immanuel and I tied up the thief and called the police. The police arrived in five minutes and they took the thief into custody.

The police handed us a reward. Our reward for catching the thief was $198,000,000 each and the rebuilding of our base, a chemistry lab, and a no bouncy ball allowed sign. We figured out the antidote for the poison and we gave it to everyone who was hit by the dart.

TITLE OF THE STORY:

Puppies Day Out

Name: Inara Sawhny

School: Abacus Montessori School

PUPPIES DAY OUT

There was once a little Cocker Spaniel and her name was Gypsy. One day Gypsy went out to look for her best friend Toby. She went to Toby's house and found out that Toby's pet owners were also looking for Toby. After a few minutes Gypsy decided Toby must be out somewhere. She walked out of Toby's house and wondered if Xena, a Maltese dog, who lived a few houses away, would know where Toby was. She was I halfway to Xena's house when she saw a bluish-purple light and decided to follow it.

She ran to the light and she found a huge portal. Next to the portal she saw Toby. Toby was staring at the portal without even blinking, "Hello Toby" Gypsy Said. "Hi Gypsy" Said Toby who was still staring at the portal. "Do you know what this thing is?" asked Gypsy. "Nope" said Tob. "But do you think Xena knows"? asked Toby. "Maybe" said Gypsy. "Shall we call her"? Asked Gypsy. "Ok" Said Toby. The two of them ran off to Xena's house. The door of Xena's house was slightly Open and they just about managed to squeeze through. They ran into Xena's house and found her sleeping under the bed. Gypsy went under the bed and woke up Xena. They told Xena all abou the portal.

Xena was curious about the portal and wanted to see it so the three of them ran to the portal. Xena never knew what it was either. Then "Gypsy suddenly put her paw into the posital and… Swoosh. The portal pulled Gypsy in. Toby and Xena decided to go into the portal and get Gypsy out of it.

They copied what Gypsy did and.. SWOOSH! The portal, pulled them in. It Gypsy them to a place full of ice and snow and Gypsy was there too. Their paws sank into the snow. "Toby"! "Xena"! exclaimed Gypsy. "The thing that got us here has gone"! "We have to find a way home". The three pups ran and ran and ran after a long time of running Xena stopped for a minute."wait" she said. "I'm thirsty". "Me too" said Gypsy me three said Toby. " We can have some from the lake right next to us", said Gypsy. They drank some cold water from the lake and begun to run again. They ran faster and faster through the snow and on their way they saw many animals running and yelling "Run for your lives!".

Gypsy, Toby and Xena wanted to know what it was and kept going. Soon they saw a huge Ice Castle. The three little pups crept into the Ice Castle. It was so cold it felt like 5 air conditioners were on at 18°C! They quietly went into a room and guess what they saw! AN ICE MONSTER! They heard him telling himself "I shall kill all the animals here" he said. " I think we should attack" Gypsy said. Toby and Xena were not sure but said yes. "3,2,1, GO!" Gypsy said. They ran to the monster and tried to fight, but when Toby bit it the monster, it saw them! The monster chased them out of the castle and into the snow. Then Gypsy saw the portal again and pointed it with her nose. Xena and Toby knew what Gypsy was thinking and went to the portal.

The monster chased them, and without thinking he went into the portal with Gypsy, Toby and Xena. The portal took them back to Chennai, and it was so hot that the ice monster melted.

TITLE OF THE STORY:

How Astrid Made Her Auspicious!

Name: D Peter Antony

School: Don Bosco School

HOW ASTRID MADE HER AUSPICIOUS!

What is time? Isn't that a human construct? Didn't we create the words "hours" "minutes" "seconds"? Now, our entire life is surrounded by this man-made construct that helps out day to day activities fall in place.

On the other have you heard your elders Says, "Do it now", "That's when the time is auspicious!" Have you ever wondered why?

We made time, and now we're also making time, that is right? Doesn't that raise suspicion? Well, here's a story that will solve it - The story of Astrid.

Astrid was a caterpillar in the Earthaltus Tree. A tree that gave life to so many organisms. If you ever were to come across an Earthaltus tree, you can catch sight of some of the most beautiful creatures and insects too. They all live in harmony by accepting to live in peaceful mutual co-existence.

Astrid had two friends, namely, Lenny and Jane. The trio had great fun and always engaged in conversations that ended up in a burst of laughter. They made memories for a lifetime in such One fine day Lenny and Jean were discussing about their cocoon phase. Astrid woke up late to up a span of time so she had join that important conversation midway. Once the conversation ended the two realised that their lives as caterpillar were nearing the end. They bid better goodbyes to each other and went their seperate ways to begin their cocoon phase.

Lenny took her place in the tree. Locked out her one last time. Little did they all it was the last time they could look at each other as caterpillars. Lenny hung upside down, created her cocoon and went inside it. Seeing this. Jame immediately repeated the same. In a matter of weeks, both Lenny and Jane became butterflies and began to fly, spreading cheer and joy to the Earthaltus tree.

Astrid is still a caterpillar. She didn't know where and how to begin. knowing this her butterfly friends came for support. They taught her everything she had to know. After learning " How To Become a Butterfly in 1 Week" from her friends, Astrid began her process.

She first hung upside down and held onto the Earthaltus tree without falling down. She finally gathered the courage and strength to form her own cocoon and went inside it. Her friends were super excited for her and couldn't wait to see her transform. They waited for days. Days became Weeks. Weeks became Month. They were sad and worried that they couldn't see her transform. When they consulted an elder in the village about Astrid's condition, the villager said to them "Some things must be donewhen time is auspicious. If not, it won't work". Feeling dejected and losing all hope, Lenny and Jane flew away leaving Astrid's cocoon alone in the Earthaltus Tree.

Months later, on a nice summer morning. Astrid's cocoon had a mild twitch. The entire tree and whoever knew about Astrid's came to a stand still. They all gathered around the cocoon. The cocoon slowly cracked, inch by inch. The one looking at Astrid's cocoon gasped for breath as they saw one of the most peculiar and rare colours emerge. To their Surprise, Astrid not only turned into a butterfly, but she turned out to be a Goliath Birdwing Butterfly - One of the most beautiful and rarest species of the tree. The opened her wings and stood majestically spreading her bright colors to the entire tree. She flew and flapped her wings to glory being the first Goliath Butterfly of the Earthaltus Tree.

In the story you just read, Astrid is you, Astrid is me. The Earthaltus tree is the planet earth we live in. Like Astrid took time, we also take our own time to understand our life, our responsibilities and our journey. The right time doesn't just come. We make it. We make every hour, every minute and every second of it. To conclude, those is no one time that is auspicious. All time is.

TITLE OF THE STORY:

Fireworks

Name: S.P. Meghnad Thampi

X-c, Kendriya Vidyalaya Anna Nagar

It was a sunny day in Rameswaram. Shankar woke up in his room which was, as usual, a mess. His books lay scattered on the table, his clothes all over the bed. He got up from the bed as Amma called out that the breakfast is ready. "Oh my god, it's time for breakfast already," Shankar told himself. He quickly went to the bathroom to do his chores. Downstairs, Appa was reading the newspaper, sitting in his favourite armchair.

Mohan Anna was to come from Madras today. Akka was helping Amma in the kitchen. She wanted to join the same college where Anna was finishing his MA course. Uma, Shankar's four-year-old sister, was turning through the pages of Appa's and Amma's wedding album with fascination. She started giggling when she saw a picture of Amma and Appa standing together. It was clear from the picture that both of them were tired of the photo shoots. Shankar came down presently and wished everyone Happy Diwali and everyone returned his greetings. After drinking milk, he went to Shanthi's cradle to play with her. With Shanthi now, there were six people in the family, if you could count Mohan Anna, who rarely came home.

Appa told in a stern voice, "Shankar, don't touch Shanthi now, first go to the temple and take a bath." He quickly looked around and saw that everyone had already bathed and were wearing new clothes. He went inside to get a bottle of coconut oil and a lungi. He nodded in the direction of Appa, went to the door and sped off to the temple. He stood there panting, catching his breath. And then, he jumped into the temple's pond. Shankar shivered as the freezing cold water hit his body. He submerged his head underwater. He was by now an expert swimmer. Shankar lifted his head from the water and looked at the temple, it had a beautifully carved *gopuram*. His gaze diverted to the *mandapam* which was situated in the middle of the pond. He wasn't allowed to go there, as he was only 13.

But his swimming skills were better than most of the teenagers in his town. After a few minutes, Shankar rose from the water, tied his lungi around his waist, applied some coconut oil from the bottle he had brought and slowly walked back home.

The drawing room was filled with laughter. All were wearing very colourful clothes. Akka and Uma were greeting the people who came. Akka had put on a peach-coloured kurta and a cream shawl despite Appa's suggestion to wear something traditional. Uma was wearing a magenta blouse and a purple skirt although she wanted to wear her favourite blue churidar which was now faded after several washes. Mr. and Mrs. Venkataraman from the next door were also present. They were good friends of Shankar's parents. They were going to Madurai for a vacation and they had just come to say goodbye to Shankar's parents. Mr. Venkataraman was the maths teacher in Shankar's school. He sported a thick curly moustache and a grey French beard speckled with black strands of hair. Shankar used to think that he must be in his mid-fifties. He was talking to

Appa about Shankar. Shankar was nearby listening carefully to each and every word of their conversation but was acting as if he was reading a book. He was wearing a red-coloured silk shirt and a white mundu. A few minutes earlier, Mr. Venkataraman had asked him whether or not he was spending his Diwali holidays productively. At first, Shankar was tempted to retort ignorantly but then, he controlled his emotions and just said yes without any further comment. Mr. Venkataraman and Shankar had only deep hatred for each other. Even though Shankar tried his best in school, Mr. Venkataraman always tried to find fault with him. Anna and his wife would come any moment now. Shankar was highly anticipating their visit. The last time they came, Anna had brought loads of chocolates just for him! Shankar had seen Anni only a few times but knew that she was very sweet and polite. The topic of discussion between Appa and Mr. Venkataraman had now changed to politics. He let out a sigh of relief, and went to the kitchen to sneak out some sweets, but saw that Mrs. Venkataraman and Amma were chatting loudly with occasional inputs from Akka. Uma was now sitting in a cane armchair with folded legs and was playing with Shanthi.

Shankar was about to go upstairs, but just as he put his hand on the railing, the bell rang. Anna and Anni were ushered into the room by Akka. After exchanging pleasantries, Anni went to Shankar and gave him an enormous box of sweets. He did say thank you but Anni had already started talking to Mrs. Venkataraman.

He saw that Anna also was talking with Appa and Mr. Venkataraman. No one bothered with him. It was about 4'o'clock in the evening. Appa was snoring in the diwan in the hallway. Anni was at Venkataraman's house. Amma and Akka were, as always, busy in the kitchen making some superb delicacy. Uma was fast asleep right next to Shanthi. Anna was going to go out to meet his colleagues in the town. This was the opportunity Shankar was waiting for. He went up to Appa, desperately hoping he would be in a good mood. He said slowly "Appa" after what seemed like a millennium, Appa woke up. But he was not in a good mood. He asked Shankar with half-closed eyes and face displaying irritation at being woken up. "What happened?"

"Nothing, Appa. I-"

"I what?"

"I wanted to buy s-some cr-crackers"

"Hmm" He twirled his moustache thoughtfully, and said-

"How much money do you want?"

Shankar could hardly believe his luck! He had never thought it would be this easy.

"10 rupees would be enough."

If Appa was angry, he didn't show it on his face.

"I will give you 10 rupees. You burn it."

"What??"

"Yeah, that's what you are about to do anyway."

"Appa..."

"There is no difference between them."

Foolishly, Shankar said "Crackers do have more sound and many colours"

Appa looked at Shankar lazily and told him to get lost and not to disturb him again.

"But Appa, it is Diwali today…"

"I told you to get lost."

Shankar went back up to his room, disheartened. He started reading the book that he was pretending to read earlier, but his mind wasn't on it. He looked out of the window and saw Anna walking towards the main road. A plan formed in Shankar's mind. He threw the book down on the bed and ran out of the room.

"Why are you here?" Anna finally asked. He knew that Shankar wanted something from him because he had been tailing Anna for the past 10 minutes without asking any questions.

"Um… Anna, you see, er…" mumbled Shankar. He had been revising his answer for the 8th time but couldn't say it now that Anna had asked him.

"Let me guess, you need money to buy fireworks and Appa won't let you have them. So, you came to me asking for money, right?"

Shankar was spellbound. "Was it that obvious?"

"Thambi," Anna replied, "I too was once of your age, you know."

Shankar's eyes lit up.

Anna put his hand in his pocket and brought out some coins.

After counting them, he said, "Here you go, this is ₹9 for you. Now scram."

Shankar told him that he was the best brother in the world and then sprinted towards the fireworks store.
It was about 5:45 pm when he reached the store. Balaji uncle, the shop owner, was watching a black and white movie on his television and was clearly annoyed when Shankar kept asking about the prices of different types of fireworks. Shankar finally settled on a *Bijli* of five rupees and 2 *Badabombs* of two rupees each. He had his eye on the new firework, *Blast*, which cost ₹10, but he was, unfortunately, short of a rupee and Mr. Balaji was evidently not in a mood to make discounts.

The sun had set and the firework show had started. Shankar and his friends from the neighbourhood had started playing. It was a loud evening and Shankar still hadn't used his *Bijli*. As a group, they went to Shankar's house as it was one of the only houses with a proper terrace where there was enough place for the crackers to burst without danger to the children.

But Amma adamantly said that no one was allowed to go to the terrace. After a while of silent protest, Amma reluctantly allowed them to go up to the terrace.

Shankar's best friend and neighbour, Ajay, had managed to buy a *Blast* and all were very excited to see it in action. Shankar felt honoured that this event of launching a *Blast* was happening in his own house. He and a few of his friends started off with smaller *Bijlis*, *Badabombs*, and *Chakras*. Then the moment they had all been waiting for came when Ajay brought with him a big red box and positioned it in the middle of the terrace. He lit a matchstick and lit the thing up.

Off went the rocket, soaring high in the sky, making a wonderful sound which made every head turn. But, as Shankar noticed, there was something strange about that rocket. It was supposed to have gone straight, but it was slightly bent and bending more and more.

Shankar realized what was going to happen, but it was too late.

The *Blast* rocket turned in the air and came speeding down towards a house next to them. The thatched roof of the house broke and a hole was made. BOOM! The house was none other than Mr. Venkataraman's house. A week later, Mr. and Mrs. Venkataraman returned to find a gaping hole in the middle of their roof and things scattered all around their house. The *Blast* had blasted.

TITLE OF THE STORY:

Freeze

Name: Khadeeja Maryam
Unity Public School

I rushed to my assigned seat in the large room I had to be in the same time 5 times a week.

I made it just before the bell. I looked to my right, at #137987 [JASPER].

I smiled softly at him attempting to be kind, but he looked straight ahead eyes locked on the teacher. I sighed silently, not suprised. He was like every other teenager at this school.

More like, in this world. I had secretly read forbidden books (Bobby-pins + the vacant teacher's lounge's dust filled bookcase = my safe space) on what the world used to be like back in 2022.

Everyone was always on some type of technology, like cellular phones or computers. And teens had so much style! Some of them dressed like they were in the 1980's, disco shoes and all. They had so much freedom to be who they wanted to be and dress as they wanted to.

I wish that could be my reality. However in 3005 #36063 [SIRE] took over and all the computers and phones were snatched, all clothing that he didn't approve of were burned, and everyone now has to follow strict rules. If one does not follow they're executed. Those 2022 kids would be appaled.

"Good morning, third class" Mrs. Smith stated to the students causing me to immediately become alert.

"Good morning Mrs. Smith" the class responded in unison, not one person off beat.

She nodded and began her lecture on the incorrects, a group of people who don't respect sire's orders, rebels of some sort.

"Students you must pledge to never act out on true feelings and always follow the rules that the man who leads this earth has created"

She always said this as the last line of her lesson about the incorects I've always suspected there was a rule too.

"We promise to never act out on our feelings, ma'am. We shall always follow sire's rules ma'am." Everyone responded.

I crossed my fingers under the desk while saying that as I always did. We are all humans. I thought its impossible to not have emotions.

One time when I felt anger, something 90% of the class hasn't experienced, I secretly punched my pillow. I acted out on my emotion, and I felt much better afterwards. Honestly, it felt...good.

I snapped out of my thoughts when I realized that my entire class was staring at me, in the most zombie-like way. My face drained out of its colour.

No.

"Athena, did you cross your fingers during the pledge?" Mrs. smith asked blankly.

How could she have noticed that?!

I looked at the board behind her and realized that the government must have decided to install cameras under the desks recently, maybe to seek out the leg tappers?

On the big screen I saw myself, wearing the school uniform: a white button down shirt tucked into a black pleated skirt with 2 white lines on the ends.

It played a video of me crossing my fingers. My body burned as I realized that every person I'm the room was seeing the crime that i committed.

"No ma'am"

"Lie" the student around me stated.

No.

"I did not lie!"

"Lie"

"That was 3 wrong doing all in a span of 3 minutes"

I froze. No no no no- "I'm sorry mrs.—"

"It's too late to apologize. You did wrong athena please go to the office of zipline immediately." I nodded grimly and rose from desk #319.

I took one last glance at gasper as I was grabbing my backpack, and I could have sworn I saw a fleck of worry in his eyes. Or maybe that was my imagination. I began descent down the stairs, with nothing but silence surrounding me.

I soon arrived at the front door. I bowed to the teacher then to the students I grew up with, and exited the classroom. My journey to the Office was very slow, Because I knew it would be my last. I nodded respectfully at every OoD officer I passed.

I looked through every window, at the concrete ground that surrounded that surrounded the school, still searching for that one flower that would one day make cracks in it and bloom. I'd never seen a flower before or nature of any sort in person. I'd never been outside either. Everyone lives inside of this building.

It wasn't just a school but a ginormous building filled with skyscrapers, offices, apartments, houses, etc.

It was my home Base Ethla. I left the school building and made my way to the Office, which was located in the heart of Ethla. I paused for a moment allowing my eyes to Adjust to the darkness. There was a giant roof where the sky should be, filled with little specs of light to mimic stars. It was always "nighttime" here.

"Keep it moving #199185." An officer ordered.

It was my favorite one, chief keri, because he was the only one who talked to me.

Well, he said the same sentence to me every day, but I cherished those words anyway.

I hid my smile as I bowed to him and sped walked away. I passed by the bakery I used to go to all the time. When I was little I used to play with a boy named Arthur.

We couldn't do much since there were at least two (or one if im lucky) officers in every public space, but we still found ways to have fun. When I paid for a donut. I'd give his mother, the shop owner, my money and the second she turn around I'd smear some of the bright pink icing on Arthur's arm. His green eyes sparkle as he giggled silently and smeared some back on me.

When I turned eight I began exchanging notes with him. We'd learned the officers scheduled by now, so it wasn't that difficult to do.

We formed a close bond through these slips of paper, telling each other stories about our families and cool things one of us might have done that day.

We were inseparable. Until one day, 5 years later when a new cop was hired to watch the shop.

He'd seen Arthur slip a note into my cupcake wrapper. He'd snatched the treat right out of my hands and ripped the note out of it. Arthur and I exchanged glances we were both pale faced. He looked at my face as if he was trying to memorize it. He looked down as soon as the officer had begun reading the note. As a year ran down his face I quickly wiped it off before anyone could notice.

The Officer dropped the paper to the ground in what could've been disgust if he was not so blank faced.

"You, citizen #134340, are under arrest for breaking the laws of sire" he said as he held both of Arthur's hands behind his back. "From now on you'll be labeled and punished as an incorrect" My best friend and I, said and did nothing but stare at each other, as if having our last conversation, as he was dragged out of the shop.

Rigt before the door slammed shut, my knees buckled underneath me and I fell to the ground. That was the first time I have ever sobbed. His mother saw me and dragged me into her kitchen.

"Let ot out honey" she said as she rubbed my back.

That was the day when what an incorrect really was: a human being, a normal one, with emotions they feel and accept. Those history lessons were wrong.

I stopped thinking about the past for a minute, and peered into the building where I saw a slightly older version of #209803 Mrs. Emma George.(Arthur's mom). Her hair had grayed slightly overtime, and wrinkles had just come into her face, but she still looked so young.

She went into the back where her husband always was. I could imagine they'd be joking right now, as I'd always see them do behind the officer's back. Maybe that's why I crossed my fingers.

Not because we all "make mistakes" but because I knew there was so much more to feel during this life. Mrs. Emma George came back out to the front, as she was looking around, she noticed me outside her window, staring like a creep.

I gasped and looked away only to look back and realize she was staring ate while barely smiling.

Her eyes reminded me a lot of Arthur's.

With that thought I got sucked right back into that painful memory.

I calmed down after a few hours of being comforted.

"It hurts me to even think about what they might be doing right now to my son, but I know that no matter what, I will always believe that someway or another, he'll escape this place" she thought aloud.

I looked at her and nodded "he better."

She reached out a hand and i took it gracefully, using it to help me get off the kitchen floor.

"You'd better go to school athena"

I nodded as I went to the bathroom and splashed my face in water, hoping that it'd wash away the streaks on my face. I quickly muttered my goodbyes to Arthur's mom and headed for the door.

A crumbled up piece of paper near the trash can seemed to shine, and it yanked my line of vision toward it. I picked it up and read it on the way to the school building.

"Athena I cant believe u left me hanging here for a week! I was about to start to talk to the old officer out of boredom. Just kidding! But seriously I missed you. i wanted to tell you about this new book I've been reading it's about love. Apparently there are many types of it like family love, friends love and more! I dont get it yet but I understand it a bit. I'll tell you later once I read up some books on it. See you thena:)"

Love? I've seen the word in a book before but I never really understood it.

After that day, I researched it, but then dropped it completely, deciding that I wanted arthur to tell me what it meant because I would find him one day. I finally shook off my notalagic mood and trudged away for the bakery.

I walked a few blocks before I was greeted by the large building that would be the last one I would ever be in alive. The large, almost pitch black doors opened as soon as I got 3 feet of it. The lobby was very small compared to the rest of the luxurious looking building.

It was covered in white doors, walls and flooring, with small hints of silver throughout the room. I sat down in one of the crisp snow colored chairs and waited for the secretary to call out my number. My whole body began to shake and I didn't even bother trying to calm myself.

"#199185"

I stood up at looked at the secretary, who, in turn pointed at a hooded man, clothed only in black, standing near a room door.

I walked over to him and entered the snug room.

"Sit."

I followed his directions and sat myself onto the dentist looking chair as he closed the door shut.

He flipped a switch on the side of it, and I yelped as metal bars came around my wrists, ankles and knees.

It has been reported that you have been broken multiple laws of sire's. You an incorrect are to be executed in 5,"

He took out a syringe filled with strange purple substance.

"4,"

He took off the casing around the needle.

"3,"

He pulled my hair back revealing my neck.

"2,"

I shrieked in pain and fear as he roughly stabbed the needle into the base of my neck.

"1." He said as he injected the liquid into me. Everything began to spin and morph into strange things, so I forced my eyes shut. My ears rang as loud as they possibly could. My insides burned and I could feel my blood going cold. I wonder if this is what arthur had to go through, I thought.

I realized I was still screaming from earlier and thrashing around in the chair as of that would save me.

"Athena? " I heard Arthur's voice question.

He sounded odd as if he was whispering to me through a walkie talkie.

I went silent.

I shut my mouth and breathed in slowly.

Out.

In.

Out.

My body didn't burn as much as it did before, and a new sensation took over me, as if I had just finished sitting down for ten years straight and my muscles and bones were waking up.

I slowly released my fists and allow myself to go limp and experience this strange new feeling.

"She's been executed successfully, sire" I heard the doctor speak into his telephone.

I heard a click and the metal bars around me move back to where they came from.

My hands went straight back to their previous stance. The tingling sensation ran down into my curled fingers. I opened my eyes and stood up behind the doctor, who's back has been facing during his whole phone conversation.

"I dont think executed is the right word for it, sir." I piped up with a wicked grin forming on my face.

He slowly turned around, his face painted with a terrified expression.

"Going after one of your own, huh? What a shame."

"H-how did you…" he stuttered trailing off in shock.

He reached into his pocket and pulled out a shot gun.

"Get back, you foul, disgusting fool of a human. You beast! I'm not anything like you, you Inc-" The buzzing in my fists became painful, and my natural instincts told me to unfurl my fists with the palms of my hand facing the man in front of me.

Not even a second after I finally did, purple electric-looking sparks flew out of my hands, slamming the against the wall. He screamed out, and I breathed in. Attempting to control the mesmerizing light coming out of my hands.

The tingling didnt budge. I panicked not wanting to become anything like the doctor, and forced my fists shut. That pain was even worse than the injection, but I fought off the tears as I felt the sparks stop flying.

I cautiously opened my still buzzing hands. Nothing came out. I glanced to the unconscious man in front of me, slumped down on the ground. I laid my palm over his heart, and realxed there after I felt his heart beat.

I heard 3 Knocks on the door.

"#9003721? Have you disposed of #199185 yet?" The secretary droned.

I need to get out of here. And fast.

Pigeon's Peace

Name: Nandana Chinmayi B

On a summer day, when the wind was blowing and the sun was about to set, we felt it was the perfect time for flying kites in the sky. Me and my brother walked up to the terrace with our homemade kites and threads. We let out our kites and enjoyed seeing the kites dancing in the air. This was how we enjoyed flying kites in the summer evening.

But one fine morning when I went outside to my balcony to get some fresh air I was shocked to see a white dove hanging from a very sharp type of thread in agony. It was hanging from the thread attached to our big neem tree. I Couldn't bear to see such a beautiful dove struggling to get free from the thread tangled around its wings. When every family member came to know, we all gathered together for the bird's rescue.

The bird was hanging from one of the tallest branches of our neem tree so my grandfather went up to the terrace of the second floor to reach the thread. He took a long stick so that he could take hold of the thread and slowly lowered down carefully. Now the bird reached the level of the first floor I slowly pulled the thread towards me and I used scissors to cut the thread and caught hold of the thread. Meanwhile my grandfather came down and I lowered down the thread so that my grandpa caught the bird safely.

We found the thread was an abrasive string (locally called as manja made from powdered glass and gum) that was used by boys in the neighborhood to fly fighter kites. The bird's wing got badly hurt from that sharp thread. My mother carefully cut that entangled thread around the bird's body and freed the bird While me and my brother calmed down the bird. My aunty gave water to the bird in a small cup. When the bird was set free from entanglement it was struggling to fly initially, because of injured wings. We left the bird to relax for sometime, when we came back and saw the bird had happily flown away. Nowadays we go to the terrace to watch the birds fly peacefully but when we wished to see the kites fly, we visited the kite's festival happening at beaches!

The End

TITLE OF THE STORY:

A Scout's Adventure

Name: M. Farhaan Hussain (Age – 13)
Asan Memorial Senior Secondary School

Robert Williams was a brave hunter and had ventured into the Jabalpur Forest to capture a maneating leopard. When he did not return for a week, the Forest guards started searching for him but the forest was so deep and dense that the search was abandoned after a few days.

Many years later…

Rahul, an adventurous and bright boy danced with joy when his father gave his consent for him to join the adventure-filled scouts. The scouts were to camp in the Jabalpur Forest. Rahul's father, Mr. Vivek allowed his son to join the scouts just in the nick of time as the registrations closed the next day. The scouts were departing three days after the registrations closed and Rahul spent his time daydreaming about the fun he would have with his scout mates at the campsite. He was very excited! Three days passed in a flash and Rahul was ready with his things packed in a backpack.

The minivan arrived with many young scouts, who were very excited to spend a few days of their summer vacation, camping in a forest. Rahul boarded the minivan and it passed through the bustling city and reached the entrance of the marvellous Jabalpur Forest. The scouts marched in with their leader, General Smith, and stopped at a spot with sufficient sunlight. The General selected that spot for camping. The tents were placed and wood was arranged to light up the campfire in the evening. This was just the beginning as the General had loads of adventurous tasks lined up for his team! Rahul thoroughly enjoyed completing the tasks and winning badges from the General. He always waited for the evenings as the General narrated humorous stories during the campfires. He also eagerly waited for his turn for the food-gathering task. The General sent one scout each night to gather food for the whole group.

Rahul finally got his turn. Unfortunately, it had rained heavily the day before and wild trees covered the paths. The growth of wild trees made it difficult for him to navigate and consequently, he lost his way. At the campsite, the General was worried as Rahul did not return by evening. Rahul got scared when he heard howls, then growls, and finally, roars echoing in his ears. He ran as fast as he can to get away from the spot but as he ran, he went in deeper and deeper into the forest. After a while, he stopped and started panting. Just as he turned his head, to his surprise, he saw a house lit up with lanterns and surrounded with blossoms. To escape the cold, he climbed up the dusty stairs and gathered the courage to knock on the door. A man opened it and its creaking sound scared Rahul. The man with a kind smile welcomed him. He felt comfortable with the stranger. Then, thunder blew away the silence and the raindrops gushed in.

The stranger led Rahul through the hallway whose walls were adorned with portraits of the long-lost Hunter Williams. The man introduced himself as Johnson and pushed open a door. On entering the room, Rahul could feel the warmth of the fireplace. He was made to sit on a cosy couch by the fireplace and fell asleep in a short while. Meanwhile, the General went to the Forest Officer and reported regarding the missing of Rahul. The night passed away with heavy rains.

The next morning, Johnson woke Rahul up. Rahul opened his eyes to see a growling leopard beside Johnson. Rahul got frightened out of his wits and just then another man entered the

room. He calmed him down and said that the leopard doesn't harm the people visiting his lonely mansion. Rahul found a few leopard cubs playing in the corner and tried touching one. Rahul looked up at the man who had just entered and his jaw dropped to see the great hunter, Robert Williams. Williams said, "She's Greta. The leopard I had once set out to kill." Rahul then asked, "…and you never returned?". "No, because when I encountered her, I understood the reason why she harmed men.", said the great hunter. "I saw her that day, she was right in front of my eyes. I held my bullet, aimed at her, and shot her without even waiting for a moment to understand her.

She was strong enough and remained alive but dropped to the ground due to the injury. That's when her three cubs came rushing from the bushes. I then understoodwhat had made her a 'man-eater'. She killed the poachers who did not respect the animals' privacy and, of course,

she had the protection of her babies in her mind. I ran to her and took my first aid kit to relieve her of the pain."

Rahul was filled with tears as he got really inspired by Robert Williams. Hunter Robert then lived with his trusted aide Johnson in an abandoned mansion deep inside the. Jabalpur Forest. This hunter who was once hated by animals was now the friend of all species present in the forest. He now dedicated himself to the protection of the animals by protecting nature. He offered Rahul a healthy breakfast of plums, coconut water, and fish. Then, he led Rahul to the campsite through the bushes so no one discovers him. Before bidding farewell, the hunter said to Rahul, "Listen, young fellow! You are the inspiration for this world.

Spread the message. The message is that we cannot survive without nature. These creatures are not harmful instead we're the harmful ones who spread pollution, ruin forests through deforestation and put our lives at risk by destroying nature. Now, off you go!" Rahul was happy to have learned a great lesson to share with his friends and left to join the scouts. When he returned, his scout mates and the General were glad and relieved to see Rahul back. It was the last day of camping and the minivan had come again to take them back to their homes.

Rahul got back home, freshened himself up, and narrated his adventure to his family. His father who was with the Wildlife Protection Committee couldn't believe that Williams who was believed to have been killed by a man-eater was alive. He thought Rahul must have seen a strange dream. But, when he heard Rahul's story, he was happy that the person in Rahul's 'dream' taught him something important that the world must understand. Well, let's hope we all learn to conserve nature and spread Hunter Williams' message to society.

In Silence

A story on family by Aafiyah Fatimah,
XII-GB, Unity Public School.

"I knew we loved each other as we sat in silence."
I am Yuqi Tariq.

The first thing that pops in my classmates' head when talked of Yuqi Tariq is

"Nerd", "Weird", "Mysterious".

However, none of this is true. I grew up with both of my parents and my brother

in Maldives, and life is pretty well. But I'm mature in a way no 14-year-old

could be.

Mom and dad are the best parents I could ever ask for; however, they were

hiding things from me. I was a kid but I wasn't clueless.

Mom was depressed. Ever since I've been born, I've seen her fake a smile every day. Dad is the only hope that keeps her going. And dad, he might be strong but he's gone through a lot too.

I've seen my classmates talk about how they want to be adults soon. But I'd rather not face the world this early. After all I'm only 14, and I want to live my life, as an innocent little kid who enjoys going home to her twin brother and parents. I want to remain as the girl who freaks out at spiders and lizards (which I inherited from my mom) and have fun looking at my dad chase the spider all around the house. I want to stay as the younger twin to my brother, annoy him and make him get me chocolates. One day, we decided to go on a trip. Just us, the Tariq family. My brother Athan helped us pack the food and as usual he sneaked in a lot of snacks. Good for us.

We were going on a road trip. So, we started out little family time. I probably should have mentioned that dad is not that good at taking a rain check. Otherwise, we wouldn't be stuck in the middle of the road changing a punctured tire. My mother is annoyed but is still eating sandwiches to annoy my dad. It is his favourite sandwich after all. Mom's cooking is the best. If we didn't agree, we'd be buried six feet under.

"Yuqi, come here and help me finish these sandwiches to annoy your brother and your father." called out my mom.

"Mom, I did absolutely nothing, why are you finishing my half of the

sandwich?" exclaimed Athan.

"You see, my dear son, I did tell you and dad to check if the tires are fine but you both were busy playing a game. So, I think you deserve this while you make me and your sister stand in this excruciating heat." replied mom.

I take the sandwich from my mom and eat it while my brother glares at me. Annoying him is the one thing I love doing the most.

"All right, tires replaced. My dear wife, will you please get in the car now?" said dad after a while.

However, Mom being Mom ate the last bite of the sandwich (while exclaiming at how great it tasted; annoying dad and Athan more than ever) and got inside our car. We finally reached the beach we planned to go to. This beach holds a lot of memories for us. We named the beach Tariq beach. Ever since me and Athan were born, this beach was the go-to place we love going to. Be it any holiday, we loved visiting this beach as a family. Hence the beach being named after our last name.

We laid down our picnic mat and placed all the food and started enjoying the drinks dad had made for us. I turn around to take the bag of chips Athan had sneaked and within the fraction of a second, dad's chasing mom. Its their little habit; Running around the beach like carefree teenagers. They say it makes them feel "younger and burden free". Dad loves chasing mom. And she loves running away from him. If they get tired of it, they start splashing

water on each other. And looking at them came mine and Athan's favourite beach activity; trying to see who can run fast, make the biggest splashes in the waves, making sand

castles and burying dad's legs in the sand.

After the escapade, mom came and sat next to me while dad and Athan were collecting seashells. Its looks feminine, but toxic masculinity is highly not encouraged in our family and I love that about us.

"So, little miss Yuqi Tariq, what greatness lies in the extraordinary brain of yours?" asked mom. Her sentence being simplified, she wants to know what I'm thinking.

"Not much mom, I'm just thinking of how I don't ever wanna be an adult. But that's inevitable, so I'm just going to try and learn to be adults like you and dad. You guys are carefree, fun and responsible too." I replied.

"Responsibility is clearly something your dad doesn't have honey." mocked mom.

"But you still love dad." I countered.

"That I always will. Your dad might be a little baby at times, but he's saved me from myself in many ways. He has given me this beautiful life with you and Athan in it. I wouldn't ask for anything more than our happiness to last forever." replied mom.

Me and mom are highly emotional. So, we both hug each other and stay like that for a while. But Athan had to ruin it.

"MOM, LOOK ME AND DAD FOUND A PRETTY SEASHELL FOR YOU!" he ran over to us and showed us the pretty pink and purple hued seashell. It was beautiful. I was quick to judge Athan. He has done questionable things but we're used to it.

It's a family tradition to just sit down and play a game of either UNO cards, Monopoly or The Game of Life. Dad makes it fun to play by adding jokes in the middle of the game and mom

also teases us if we land on jail and fake-threatens us that she'll steal all our property.

Until we're done with the board games, it's already evening and pretty dark. The beach usually is empty by this point so we enjoy the sounds of the seashore hitting the sand. The great advantage of living in Maldives are the great and beautiful beaches of Maldives. When it turns dark, the sea lights up like pretty little fairy lights. The reason behind this glowing beach is because of the sea planktons present in it. The creatures emit light which is only seen in the dark at the night time.

It is an unspoken rule between us to just enjoy the view and listen to the shore. We lied down on our mat and gazed at the stars. we witnessed a million stars above my head and a million stars below my feet in the sea. I knew we loved each other as we sat in silence. I wish this was forever. I wouldn't trade anything for our little family trips in the middle of the months and staying up late at night, spending time with my family.

As I said, I always want to stay the little girl who wants her family beside her at all times. If this family didn't exist, I wouldn't have existed either. I'm grateful for the lovely family my parents have put together for me and Athan. Not a lot of people get this loving family and I'm very thankful for what I have.

At the end of the day, it's our family we always turn to. Be it any matter, our family solves everything for us. All you need is a little trust and love and we can watch wonders happen. Again, I am Yuqi Tariq. I am neither weird or mysterious; I just want to stay as a kid with my family forever.

TITLE OF THE STORY:

Paris the City of Love

Name: Sanju Shree P

Vidyodaya Matriculation Academy

Paris, 2050

The Eiffel tower which was once used to be a monument is now occupied by slums. The city of love looks nothing like its name. Though it's noon, the dark grey sky, showing no sign of life, makes it look like the sun will be hidden behind it forever. Into the dark alleys of Paris, in the dirty deserted streets were two figures. "What do you think?" asked Timéo to a young girl who looked not more than 16. The girl looked displeased and replied, "even Mrs. Bonbon can do better than that". Mrs. bonbon was the girl's cat. "Oh really? Then why don't you try doing it, Ms. Dupont?" Said Timéo. The two of them are trying to master a new technique to fight. Even though they both joined the clan only last year, they were the fastest to learn new moves and master them. Timéo and Eléonore had been friends ever since they were babies. Both their families were neighbours once. Eléonore Dupont aka Elle is half Indian and half French. She had beautiful pale brown skin like her mother and dark brown hair which was inherited from her father. Her eyes were especially beautiful, they looked black when seen from the left and emerald green from the right. As for Timéo Leroy aka Tim, whose half British and half french is also a handsome guy with metallic silver hair and grey eyes. Although his natural hair colour's brown, he prefers silver. Says that he looks more handsome with silver. "Watch and learn," said Elle, smirking. She ran forward with great force, jumped on the pile of boxes, and flung the weapon at the target which was hung above. the target's head fell. It looked like a real person's head but inside the flesh were wires and circuits which made it look like a robot. Elle flashed a radiant smile towards Timmy. Tim who looked annoyed protested "mine was the best, although you made the head fall, I made a hole through the head". It was true that Tim's target was still hanging like fruits hanging on a tree, a big hole was near the eye where you could see the other side. "That's because you used a bow and arrow and I used a dagger!" she exclaimed. "Yeah, whatever," mumbled Tim annoyed. "Let's rest for a few minutes," said Tim. They both sat down on a wrecked couch which was in the corner. Elle drank some water and said " you know Timmy, sometimes I wish all this never happened. I wish we both were in high school like normal teenagers and enjoyed our lives. Not fighting these mortbots and living a "dead or alive" life." she truly looked sad, her eyes distant thinking of something that she could never have. Then Tim replied "I wish for that too, back to being normal teenagers, enjoying a nice picnic, near the seine in front of the tower. Who knew that the Illuminatis would take over the world. Two years before, to us, it was just over-population or climate change. No one could've ever imagined that it wasn't natural and the mortbots, who knew that these people would raise an army of dead people with technology. Everything happened so fast yet it feels like it was yesterday." Elle sighed. "You're right," she said, dismayed. " no one would've imagined this," she said showing the apocalypse in front. " No one would've imagined running and hiding for their lives with destruction everywhere. Polluted water, lack of food, and debris all over the place." "But don't worry," exclaimed Tim. "We'll get through this." Elle gave a puzzled look. A look that says "you good bro?" "You might think I'm an idiot," he said. "Since when did you start reading minds?" teased Elle. He scoffed and continued, "what I'm trying to say is, man has always survived through so many situations like these, Elle. Natural disasters, pandemics and the world wars despite all these we survived and we'll survive this too! All we need is love and hope. Can't we get a little bit of love in the city of love?" He said winking with a smile. Elle returned the smile back and said " wow, Timéo leroy, you've grown so much. Is this what becoming an adult means?" She teased again laughing. This time Timéo couldn't hold his laughter too. After a good laugh, the two best friends went silent. There was silence for a moment. Then Timéo got up and said "so, are you ready to kick some mortbots?" Elle smirked radiantly and said "always"

Flying Solo

Name: Praghya R,

11 B Vidya Mandir Sr. Sec School, Mylapore

"1250 West- Turn clockwise mid-north. Hello? Captain, can you hear me? It's breaking- Hello? Delta-342. Can you hear me? Over and ou-". The wind was daunting. A black sky with nothing to light it up. Thick, dark clouds jostled with each other like dogs fighting over a bone. Thunder boomed in the distance like a gun being fired rapidly. A lone plane shuttled across. Out of range, a single pilot cruising. Racing through the winds, all alone. He thought he had it, and if it wasn't for the weather, he might have but, the flight became bumpier and bumpier and the sky more unruly. Suddenly thunder roared and the plane lost its balance. With a shudder, the plane's prop stopped. Within seconds the plane rolled onto its right and plummeted into the dense expanse of trees below. Dark, lifeless trees surrounded him. Thick, black smoke dispersed and billowed through the clear air. Everything was still and silent. Slowly, a mist covered D-342. The chill air stiffened his spine. Suddenly, the whistling wind carried with it a muffled noise. A muffled, gurgling noise. He turned back to meet its cold eyes, full of malice, staring at him, gleaming with hunger. Its calloused and bony talons beckoned him. "You really want to do this, big guy?" D-342 retorted. It snarled. The soulless, menacing creature had challenged him. D-342 couldn't resist. He jumped high, with nothing but a branch in his hand. The beast, in reflex, covered its face as D-342 aimed right for its eye. He thrust himself and plunged into its face, killing the vicious monstrosity. It crumbled to dust. He had won. "I told you." D-342 grinned. And then, with a whoosh, he fell to the ground. You may think it was damp and made of grass. But rather, he was covered in white flakes. Snow. Pure white snow, everywhere. Gasping, D-342 rose to find nothing but bleached landscape for miles and miles. Up ahead, he saw huge mountains. A colossal chunk of rock and sand towering over him. A pristine white stretch jutted into the sky. So, D-342 did the only thing any sane person would do. He went towards the mountains in the hope of finding some form of life. Preferably humans. Each step was pure agony. In his ragged clothes and half-torn sneakers, every inch of him shivered in the snow. His heart rate hiked up and his breath slowed down, every breath puffing out tons of air. His dishevelled hair was freezing and spiking up. His teeth was chattering and his throat burnt with thirst. His stomach groaned in starvation and his legs began to wobble. A thud. No, two. Wait, three. Knock, knock. "Hey buddy, this is um… CD-21. An unexpected blimp has gifted you with dinner and two companions. Want to join kiddo, er…Captain? Mama has made your favourite." "Aw dad, its Captain D-342! I was in the middle! Can it wait five more minutes?" "Sorry, Captain. The adventure has to wait. Come on, now."

The Chance She Never Got!

Name: Sinduja

Tears slid down her eyes as she looked at the little boy on the stage, playing the piano to his heart's content. She closed her eyes; listened to the sweet music being played by her son as she recalled all the bittersweet memories from her past. It felt as if yesterday When she first laid her eyes on the piano. Something sparked inside her; she felt connected to it; she was fascinated by the piano. Always she had a passion for playing the piano; she dreamt about being a pianist, playing on the stage in front of hundreds of people. However, her talents never got acknowledged. 'Pianist? You don't know what you're talking about!' 'it's just a hobby; think about your future!' 'Pianist? No way! You have the potential to be a doctor!' 'Chance to become a pianist? Pff-! As if! Don't set yourself up for disappointment.' 'Don't come crying home when you realize that you truly have no chance.' Maybe the respect she had for her parents prevented her from speaking up. Or perhaps it was the fact that they made her believe that she was nothing compared to the others. But there were so many times when she regrets not speaking up. All the maybes and what-ifs ran through her brain. She was so lost in thought that she didn't even notice that the little boy had finished performing as he stood next to the piano. His eyes shone with pure happiness and contentment as he watched the crowd cheering and clapping for his fantastic performance. He bounced his little feet as his eyes wandered through the crowd, searching for someone. When his eyes met hers, he waved his little arms around and giggled. For her, as soon as their eyes met, the world stopped. She forgot all about her regret; all she could see was her son. "He looked so happy!" to get her attention. At that moment, she promised herself to stop thinking about her past. She knew that he was just like her. This time, she will ensure he does not end up missing chances. She gave him a chance that she never got.

The First Fruit

Name: Sandhyaa PM

12 'A' Vidya Mandir Senior Secondary School, Mylapore

Tears spill out of my eyes as I hold the first ever fruit my mango tree has given. The mango was neither huge nor was it bright yellow in color like the ones in the market. In fact, to someone else, this mango may look extremely unappetizing, but to me, this is the best fruit in existence. I still remember when we had planted the seed. My father and I had searched for at least an hour before finding the perfect spot. I was four or five years old, and I still remember my father's words, "Now, look, this plant is like a small baby, she needs constant care and affection, will you promise me to give it to her?". "Yes yes", I had squealed, "I promise to take care of her just like you take care of me". My father smiled, I didn't know whether it was with delight or what I said was extremely silly. But I had followed through. My father and I used to come here every day, for twenty-eight years, without fail. We saw the plant grow from a vulnerable sapling to a mighty tree. In fact, even when I had left for college, my father used to come to this tree. He had told me coming here gave him an odd sense of peace and tranquility. Something I feel even now. Unknowingly, the tree had become my most trusted comrade, maybe because she always reminds me of my father. We had lived on our own as far as I can remember. People told me that my mother had died before I could even crawl. They told me she was the most beautiful person to ever walk this planet, and from what I have seen from the photos, they seem to be telling the truth. But to me, my father was always the person I admire the most. Especially when I had my daughter, Freya, I knew how much he sacrificed to get me to where I am today. That is why, when I saw him in the hospital, with tubes weaving in and out of his weak and fragile body, I broke down, despite all the promises I made, not to do that very thing. I still remember it like yesterday, when I was holding his hand tight, as though I wanted to stop the life dripping away from him. He had stared right into my eyes, and he told me, his voice barely heard above the painful buzz of the ventilator. "I love you", he had said, "and I will always be grateful to have you in my life. Thank you for being there for me, always". "Always", I say out loud. Another wave of grief hits me. More tears spill out of my eyes, and this time I don't hold back. I clutch the mango tighter as both the tree and I mourn for the loss of the greatest man ever.

9 7 9 8 8 8 8 0 5 3 4 9 2